அன்புடை நெஞ்சம்

அன்புடை நெஞ்சம்

என். சொக்கன்

ZDP
SPECIFICS

Title: Anbudai Nenjam
Author's Name: N Chokkan

Published by ZDP Specifics

SPECIFICS

(An imprint of Zero Degree Publishing)
No. 55(7), R Block, 6th Avenue,
Anna Nagar,
Chennai - 600 040

Website: www.zerodegreepublishing.com
E Mail id: zerodegreepublishing@gmail.com
Phone: 89250 61999

ZDP Specifics First Edition: August 2022
ISBN: 978-81-956735-6-8
TITLE NO EP: 23

Rs.

Cover Design & Layout: Vijayan,Creative Studio
Printed in India

முன்னுரை

அகப்பாடல்கள் தமிழின் பெருமை. இரண்டு தனிநபர்களுக்கிடையேயுள்ள அன்பைக் காட்டுகின்ற இந்தப் பாடல்கள் அந்தந்தக் காலகட்டத்தின் வாழ்க்கைமுறையையும் அழகாகப் பதிவுசெய்வதால், எப்போது, எங்கிருந்து வாசித்தாலும் அந்தக் காதலர்களுக்குச் சற்றே நெருங்கிவிடுவதுபோலவும், அவர்களிடமிருந்து நாசூக்காக விலகிநின்று அந்த அன்பை ரசிப்பதுபோலவும் தோன்றும். நமது அன்புக்குரியவர்களை நினைக்கவைக்கும்.

சங்க இலக்கியத்தில் தொடங்கிய இந்த மரபை, அதன்பிறகு பல கவிஞர்கள், இன்றைய திரைப்பாடலாசிரியர்கள்வரை முன்னெடுத்துச்சென்றிருக்கிறார்கள். அதற்காக இவர்கள் எல்லாரும் ஒரே தரத்தில் எழுதுகிறார்கள் என்பது அர்த்தமில்லை. அதேசமயம், அன்பைப் பதிவுசெய்யும் மகிழ்ச்சியும், அதை ரசிக்கிற அனுபவமும் நமக்கு நிறையக் கிடைத்திருக்கிறது, அப்போதும் நம் மனம் நிறையாமல் இன்னும் வேண்டும் என்று கேட்கிறது. அதுவே அன்பின் இயல்பு.

தமிழில் வந்த அகப்பாடல்களைப்பற்றி விரிவாக வாரந்தோறும் எழுதும் வாய்ப்பை தினமணி டாட் காம் வழங்கியது. அதன் ஆசிரியர் திரு. பார்த்தசாரதி அவர்களுக்கு என் நன்றி. கட்டுரைகள் வெளியாகும்போது மின்னஞ்சல்கள்மூலம் பாராட்டியும் திருத்தியும் குட்டியும் உதவிய நண்பர்களுக்கும் நன்றி.

முக்கியமாக, இந்நூல்முழுக்க நிறைந்திருக்கும் காதலை வழங்கிய காதலர்களுக்கும், கவிஞர்களுக்கும், இனி காதலித்துக்கொண்டே இருக்கப்போகிற எல்லாருக்கும் நன்றி!

என்றும் அன்புடன்,
என். சொக்கன்,
பெங்களூரு.
nchokkan@gmail.com
http://nchokkan.wordpress.com/

1

ஒரு நவீன ஷாப்பிங் மால். வாசலில் இளைஞர்களும் இளைஞிகளும் காதல் மொழி பேசிக்கொண்டிருக்கிறார்கள்.

நம் கதாநாயகன் பைக்கை நிறுத்திவிட்டு நடந்துவருகிறான். தொளதொளவென்று ஒரு சட்டை அணிந்திருக்கிறான்.

அவனை நெருங்கிய காதலி, 'என்னடா சட்டை இது? உனக்குக் கொஞ்சம்கூட நல்லா இல்லை' என்கிறாள்.

'ஏதோ, இதுதான் கைக்கு அகப்பட்டது' என்று அவன் உண்மையைச் சொல்லாமல், 'உனக்காகத்தான் கண்ணு' என்கிறான்.

'எனக்காகவா?'

'ஆமா!'

'நீ தொளதொளன்னு சட்டை போடறதுக்கும் எனக்கும் என்னடா சம்பந்தம்?'

'என் நெஞ்சுல நீ இருக்கேல்ல?'

'ஆமா, அதுக்கென்ன?'

'டைட்டா சட்டை போட்டா உனக்கு வலிக்கும்ல, அதான்!' என்கிறான் அவன். கைப்பையால் அவனை அடிக்க வருகிறாள் அவள்.

இதைக் கேலிப் பேச்சு என்று எடுத்துக்கொண்டால் கேலிதான். கவிதை என்று பார்த்தால் கவிதைதான்.

அதுவும் சாதாரணக் கவிதை இல்லை, கம்பன் கவிதை, யுத்தகாண்டத்தில் வரும் காதல் கவிதை.

யுத்தத்துக்கு நடுவே ஏதையா காதல்?

அப்படிப் பார்க்கப்போனால் மொத்த ராமாயணமும் காதல் காவியம்தான். பாலகாண்டம் தொடங்கி யுத்தகாண்டம்வரை ராமனுக்கும் சீதைக்கும் நடுவிலுள்ள காதலை அழகழகாகப் பாடுகிறார் கம்பர். கன்னிமாடத்தில் பார்த்த காதல், வில்லை முறித்த காதல், அதைக் கேட்டுக் களித்த காதல், கரம் பிடித்த காதல், காடு சென்றவன் பின்னால் நடந்த காதல், இருவரும் சேர்ந்து இயற்கையை ரசித்த காதல், காதலியைப் பிரிந்து தேடித் தவித்த காதல், அவன் வருவான் என நம்பிக்கையோடு தவமிருந்த காதல், அவளை மீட்பதற்காகக் கடலை வற்றவைத்து, அணைகட்டி, எவரோடும் மோதத் தயாராக இருந்த காதல், பலவிதமாகப் பேசப்படும் அக்கினிப் பிரவேசம்கூட, ஒரு கோணத்தில் காதல் சொட்டும் காட்சிதான்.

இருக்கட்டும், நாம் தொளதொள சட்டைக்கு வருவோம். அதற்கும் ராமனுக்கும் என்ன சம்பந்தம்?

யுத்தகாண்டத்தில் ராமன் போருக்குத் தயாராகும் காட்சியை வர்ணிக்கும்போது, 'கவசம் இட்டு இறுக்கி வீக்கினான்' என்கிறார் கம்பர். அதாவது, போர்க் கவசத்தை இறுக்கிக் கட்டினான்.

அதற்குக் கம்பர் சொல்லும் காரணம், 'தேவியைத் திரு மறு மார்பில் தீர்தலால் 'நோ இலள்' என்பது நோக்கினான்கொலோ?'

அதாவது, அவனுடைய மார்பில் தேவி சீதை எப்போதும் வீற்றிருப்பாள். இப்போது, அவளை ராவணன் கடத்திவிட்டான்.

ஆகவே, கவசத்தை இறுக்கிக் கட்டினாலும் அவளுக்கு வலிக்காது. அதனால்தான், ராமன் அப்படிக் கட்டினான் என்கிறார் கம்பர்.

இந்த விஷயத்தில் அவருக்கு முன்னோடி, திருவள்ளுவர். அவருடைய பிரபலமான இந்தத் திருக்குறளை எல்லாரும் வாசித்திருப்போம்:

> நெஞ்சத்தார் காதலவர் ஆக, வெய்து உண்டல்
> அஞ்சுதும், வேபாக்கு அறிந்து

இந்தக் காதலி சூடான பொருள்களைச் சாப்பிட மறுக்கிறாள். 'ஃபில்டர் காஃபி வேணாம், கோல்ட் காஃபி இருந்தா கொடுங்க' என்கிறாள்.

என்ன காரணம்?

அவள் நெஞ்சில் அவன் இருக்கிறானாம். சூடாக எதையாவது சாப்பிட்டால் அவனுக்குச் சுட்டுவிடுமே. அதனால் அவள் 'ஜில்'லாகமட்டுமே சாப்பிடுகிறாள்.

இந்தக் காட்சியைக் கவிஞர் வாலி ஒரு திரைப்பாடலில் எழுதினார், அவரது ஜாலியான ஆங்கில நடையில்:

> Hot Boxல் வைத்த Food உண்பதில்லை, இனி
> வாழ்வில் எந்த நாளும், என்
> உள்ளமெங்கும் நீ நின்றிருக்க, உனை
> உஷ்ணம் தாக்கக்கூடும்!

சூடோ, ஜில்லோ, உணவு எல்லாருக்கும் அவசியம், காதலர்களுக்கும்தான். பட்டினி கிடந்து காதலிப்பது சிரமம்.

காதலனையோ காதலியையோ பிரிந்திருக்கும்போது, 'பாலும் கசந்ததடி' என்று வருந்துவது இயல்புதான். அதேசமயம் அவர்கள் சேரும்போது அந்தக் கொண்டாட்டத்தில் சாப்பாடும் ஒரு பகுதியாகிவிடுகிறது.

ஒரு காதலனும் காதலியும் திருமணம் செய்துகொண்டார்கள். மகிழ்ச்சியாக வாழ்ந்தார்கள்.

அந்தக் காதலியின் ஊரிலிருந்து ஒருவர் அவர்களைப் பார்ப்பதற்காக வந்தார். அவர் மனத்தில் ஒரே குறுகுறுப்பு.

காரணம், அந்தப் பெண் திருமணத்துக்கு முன்னால் செல்லமாக வளர்ந்தவள். சமையலெல்லாம் அவ்வளவாகத் தெரியாது.

இப்போது, கணவனுடன் தனியே குடும்பம் நடத்துகிறவள் எப்படிச் சமைக்கிறாள்? ஒருவேளை அவளுடைய சமையலில் ருசி இல்லை என்றால், கணவன் கோபப்பட்டுத் திட்டிவிடுவானோ? அவள் வருந்துவாளோ? இப்படியெல்லாம் கற்பனை செய்தபடி அவர்களுடைய வீட்டில் நுழைகிறார் அவர்.

சாப்பாட்டு நேரம். அவள் கணவன் சாப்பிட அமர்ந்திருக்கிறான். பரிமாறுவதற்காக அவள் வருகிறாள்.

ஆனால், இப்போது அவளைப் பார்த்தால், அடையாளமே தெரியவில்லை. பழைய அழகைக் காணோம். உடையிலெல்லாம் அழுக்கு, கண்களில் புகை படர்ந்திருக்கிறது.

காரணம், சமைக்கும்போது அவள் தன்னுடைய காந்தள் மலர்போன்ற மெல்லிய விரல்களால் தயிரைப் பிசைந்திருக்கிறாள்.

தயிர் இருக்கட்டும். காந்தள் மலர் சமாசாரம் என்ன?

ஆங்கிலத்தில் வெண்டைக்காயைப் பெண்ணின் விரல் என்பார்கள். தமிழில் காந்தள் மலர்.

கூகுளில் *Flame Lily* என்று தேடிப் பாருங்கள். இந்த உவமையின் பொருத்தமும் அழகும் தெரியும்!

இதுமட்டுமல்ல, இப்படிப் பல பொருத்தமான உவமைகள் பழந்தமிழ்ப் பாடல்களில் உண்டு. வாசிக்கும்போதே கூகுளையும் பயன்படுத்தினால் ஒவ்வொரு உவமையையும் புரிந்துகொண்டு ரசிக்கலாம்.

சரி, காந்தள் விரல் கொண்ட நம் கதாநாயகி என்ன செய்தாள்?

தயிர் பிசைந்தாள். பிறகு, அதைத் தன் உடையிலேயே துடைத்துக்கொண்டாள்.

அந்தத் தயிரை வைத்துதான் அவள் தன் கணவனுக்காகச் சுவையான புளிக்குழம்பு செய்திருக்கிறாள். அதற்காகத் தாளித்த புகை அவளுடைய மையிட்ட கண்களைக் கலங்கச்செய்திருந்தது.

இத்தனையும் செய்தபிறகு, அவள் தன் உடைகளை மாற்றிக்கொள்ளவோ, அலங்காரம் செய்துகொள்ளவோ நேரம் இல்லை, கணவன் சாப்பிட வந்துவிட்டான்.

ஆகவே, அவள் அப்படியே அழுக்கு ஆடையோடு, புகை படர்ந்த முகத்தோடு வந்து அவனுக்குப் புளிக்குழம்பைப் பரிமாறுகிறாள். அவன் சாப்பிடுவதை ஆவலோடு பார்க்கிறாள்.

கணவன் முதல் வாய்க் குழம்பை எடுத்து வாயில் போடுகிறான். 'நல்லாயிருக்கு' என்கிறான்.

சட்டென்று அவள் முகம் மலர்கிறது. அப்படி ஓர் அழகை அவளிடம் எப்போதும் கண்டதில்லையே என்று எண்ணி வியக்கிறார் வெளியே நின்றவர்.

கூடலூர்கிழார் எழுதிய குறுந்தொகைப் பாடல் இது:

முளிதயிர் பிசைந்த காந்தள் மெல்விரல்
கழுவுறு கலிங்கம் கழாஅது உடீஇக்
குவளை உண்கண் குய்ப்புகை கமழத்
தான் உழந்து அட்ட தீம்புளிப் பாகர்
'இனிது' எனக் கணவன் உண்டலின்
நுண்ணிதின் மகிழ்ந்தன்று ஒள்நுதல் முகனே.

இந்தப் பாடல் என்ன சொல்லவருகிறது? கணவனுக்குச் சமைத்துப்போட்டு அவன் பாராட்டை எண்ணி மகிழ்வதுதான் மனைவிக்குக் கடமையா? இதுதான் காதலா?

அன்றைய இலக்கணப்படி கூடலூர்கிழார் இப்படி எழுதியிருக்கிறார். இதையே கொஞ்சம் திருப்பிப்போட்டு, காய்கறிகளை நறுக்கி, அதனால் அழுக்கான டிஷர்ட்டைக்கூட மாற்றாமல் நூடுல்ஸ் செய்து காதலிக்குப் பரிமாறி, அவள் 'சூப்பரா இருக்குடா' என்று சொல்ல, அதைக் கேட்டு மகிழும் காதலனைக் கற்பனை செய்துகொள்ளலாம்.

விஷயம் ஆணா, பெண்ணா என்பது அல்ல. தான் சமைத்ததை இன்னொருவர் பாராட்டினால் எல்லாருக்குமே சந்தோஷம் வரும், அந்த இன்னொருவர் தன் மனத்துக்குப் பிடித்தவராக இருந்துவிட்டால் அந்தச் சந்தோஷம் பலமடங்காக இருக்கும்.

'ஓர் ஆணின் இதயத்துக்கு ஷார்ட்கட், அவனுடைய வயிறுதான்' என்று ஓர் ஆங்கில வாசகம் உண்டு. அதையும் இருபாலருக்கும் பொருத்திப்பார்த்துக்கொள்ளலாம்.

சில நேரங்களில், வயிற்றுக்குச் சோறிடல் போதாது. இதயத்தில் அன்பு குறைந்துவிட்டால், எத்தனை சுவையான உணவும் கசப்பாகவே தோன்றும்.

இந்தக் காதலன், இன்னொருத்திமீது ஆசை கொண்டுவிட்டான். ஆகவே, தன் காதலியைவிட்டு விலக ஆரம்பித்துவிட்டான்.

இதனால், அந்தக் காதலியின் தோழிக்குக் கோபம். அவன் சட்டையைப் பிடித்து, 'என்னய்யா சமாசாரம்?' என்று கேட்டுவிட்டாள்.

'ஒண்ணுமில்லையே' என்றான் அவன் சாதாரணமாக.

'நீ நடந்துக்கறது ஒண்ணும் சரியில்லை!'

'என்ன சரியில்லை? நான் எப்பவும்போலதான் இருக்கேன்!'

'அப்படியா? உன் காதலி முன்பெல்லாம் வேப்பங்காயைக் கொண்டுவந்து கொடுத்தாக்கூட, ஆஹா, என்னமா இனிக்குதுன்னு சொல்லிட்டுச் சாப்பிடுவே, ஆனா இப்போ, அவ பாதாம் அல்வாவே கொடுத்தாலும் கசக்குதுன்னு சொல்றே' என்றாள் அவள்.

இதுவும் குறுந்தொகைப் பாடல்தான். மிளைக்கந்தன் எழுதியது:

வேம்பின் பைங்காய் என் தோழி தரினே,
'தேம்பூங்கட்டி' என்றனிர், இனியே
பாரி பறம்பிற் பனிச்சுனைத் தெள் நீர்
தைஇத் திங்கள் தண்ணிய தரினும்
'வெய்ய உவர்க்கும்' என்றனிர்,
ஐய! அற்றால் அன்பின்பாலே!

முன்பு அவள் கொடுத்த வேப்பங்காய் 'தேம்பூங்கட்டி'யாக இனித்தது. இப்போது, அவள் தரும் தண்ணீர்கூடக் கசக்கிறது.

அதுவும் சாதாரணத் தண்ணீர் இல்லை, பாரி ஆட்சி செய்த பறம்பு மலையின் உச்சியில் பனிச்சுனையில் இருந்து எடுத்த தெளிவான நீர்.

அதையும் அவள் சாதாரணமான நேரத்தில் தரவில்லை. குளிர்ச்சியான தை மாதத்தில் தருகிறாள்.

அவனோ, 'சுடுகிறது' என்கிறான், 'உவர்க்கிறது' என்கிறான். காரணம், மனத்தில் அன்பில்லை.

இந்தப் பின்னணியோடு, 'இனிது' என உண்ட கணவனைப்பற்றி யோசித்தால், இன்னும் சில சுவையான கற்பனைகள் தோன்றும்.

உண்மையாகவே அந்தப் புளிக்குழம்பு சுவையாகதான் இருந்ததா? அல்லது, மனைவி தனக்காகச் சமைத்தது என்பதற்காக அவன் 'இனிது' என்றானா? அவள் முகத்தில் தோன்றும் அந்த மகிழ்ச்சியைக் காண்பதற்காக அப்படிச் சொன்னானா? நம்முடைய ஊகம்தான்!

காட்டில் ஓர் ஆண் மான், ஒரு பெண் மான். இரண்டுக்கும் ரொம்ப தாகம்.

வழியில் ஒரு சுனை. ஆனால் அங்கே கொஞ்சம்தான் தண்ணீர் இருந்தது. இருவர் குடிப்பதற்குப் போதாது.

ஆகவே, ஆண் மான் சொன்னது, 'நீ குடித்துத் தாகம் தீர்த்துக்கொள்.'

பெண் மான் சொன்னது. 'வேண்டாம், என்னைவிட நீதான் அதிகத் தாகத்துடன் இருக்கிறாய். நீ இந்தத் தண்ணீரைக் குடி.'

இப்படி மாறி மாறிப் பேசியபின் மான்கள் இரண்டும் ஒரு முடிவுக்கு வந்தன. 'சரி, இருவரும் ஒன்றாகக் குடிப்போம்.'

இரண்டு மான்களும் ஒரே நேரத்தில் சுனையில் வாய் வைத்தன. ஆனால் அந்த ஆண் மான் தண்ணீரைக் குடிக்கவில்லை. பெண் மானின் தாகம் தீரட்டும் என்று சும்மா பாவனைமட்டும் செய்தது.

அன்புள்ள மனம் அப்படிதான் செய்யும். குளிர் நீரைச் 'சுடுகிறது' என்று சொல்லாது, புளிக்குழம்பு எப்படி இருந்தாலும் 'உவ்வே' என்று சொல்லாது.

இந்த மான் கதை, 'ஐந்திணை ஐம்பது' என்ற நூலில் வருகிறது. மாறன் பொறையனார் எழுதிய பாடல் அது:

> சுனைவாய்ச் சிறு நீரை எய்தாது என்று எண்ணிய
> பிணைமான் இனிது உண்ண வேண்டி, கலைமான் தன்
> கள்ளத்தின் ஊச்சும் சுரம் என்பர், காதலர்
> உள்ளம் படர்ந்த நெறி

அப்படியானால், காதலன், காதலி என்ன செய்தாலும் பாராட்டவேண்டுமா? குறை சொல்லக்கூடாதா? பிழை செய்தாலும் சும்மா இருக்கவேண்டுமா? சுட்டிக்காட்டித் திருத்துவதுதானே நல்ல நட்புக்கும் காதலுக்கும் அடையாளம்? அப்படிச் சொன்னால் கோபித்துக்கொள்வது சரியா? அது அக்கறையினால் வரும் சொல் என்று புரிந்துகொள்ளவேண்டாமா?

கணவனும் மனைவியும் தனித்திருக்கும் நேரம். அவள் அவனிடம் சில குறைகளைச் சொல்ல நினைக்கிறாள். தயக்கத்தோடு கேட்கிறாள், 'சொன்னா கோச்சுக்கமாட்டீங்களே?'

'தாராளமாச் சொல்லு' என்கிறான் அவன். 'பாகற்காய் கசக்கும்தான். ஆனா, அதுக்குள்ளே ருசியும் இருக்குமே, அதுபோல, நீ என்மேல குறை சொன்னாலும் அதுல ஒரு நல்லது இருக்கும், தயங்காம சொல்லலாம்.'

பாரதிதாசனின் 'குடும்ப விளக்கு'க் காட்சி இது:

தொண்டையிலே ஒன்றுமே அடைக்கவில்லை,

....துணைவன் அவன் சிறு கனைப்புக் கனைக்கலுற்றான்,
அண்டையிலே மங்கை போய் 'அத்தான்' என்றாள்,
....அத்தானா தூங்கிடுவான்? 'உட்கார்' என்றான்,
திண்தோளில் சந்தனத்தைப் பூசு கின்றாள்,
....சேயிழைக்கு முல்லை மலர் சூட்டுகின்றான்,
கண்டான்! கண்டாள்! உவப்பின் நடுவிலே 'ஓர்
....கசப்பான சேதி உண்டு கேட்பீர்' என்றாள்!
'மிதிபாகற்காய் கசக்கும், எனினும் அந்த
....மேற்கசப்பின் உள்ளேயும் சுவை இருக்கும்;
அதுபோலத்தானேடி? அதனால் என்ன?
....அறிவிப்பாய் இளமானே!' என்றான் அன்பன்.

இப்படி எல்லாரும் ஒத்துப்போவார்களா? சில நேரங்களில் முணுக்கென்று கோபம் வருமே.

பரவாயில்லை, 'மனம் விட்டுப் பேசினால் அந்தக் கோபம் போய்விடும்' என்கிறார் கண்ணதாசன். காதல் பாட்டில் அல்ல, குழந்தைப் பாட்டில்:

உச்சி வெயில் சூரியனை மேகம் மூடுது, நம்
உள்ளம் என்னும் சூரியனைக் கோபம் மூடுது!
காற்று வந்தால் மறுபடியும் மேகம் ஓடுது, பேசிக்
கலந்துவிட்டால் கோபம் மாறி நேசமாகுது!

காதலில் பேச்சுக்கு ஒரு முக்கிய இடம் இருக்கிறது. என்னதான் பேசுகிறோம் என்று தெரியாமல் எதையாவது பேசிக்கொண்டே இருக்கச் சொல்லும் பருவமாச்சே!

பேசுவதற்குத் தனியாக ஓர் இடம் வேண்டுமே. அதற்கு எங்கே போவது?

ஒரு நாட்டுப்புறப் பாடலில் நாயகி நாயகனுக்கு வழி சொல்கிறாள்:

> வேலி பிரிந்ததென்று விறகொடிக்க நான் வாரேன்,
> கன்று தொலைந்ததென்று கரையோரம் நீ வருவாய்!

இப்படி ஆளுக்கு ஒரு காரணத்தைச் சொல்லிவிட்டு ஓர் இடத்தில் சந்திக்கிறார்கள். மனம் விட்டுப் பேசி மகிழ்கிறார்கள்.

எவ்வளவு நேரம் பேசினாலும் சரி, கிளம்பும்போது மன நிறைவு இருக்காது. 'இன்னும் கொஞ்ச நேரம் பேசலாமே!' என்றுதான் தோன்றும். அவள்(ன்) சென்றபிறகு அந்த ஏக்கம் இன்னும் அதிகரிக்கும்.

காதலர்களுக்கே இப்படி என்றால், இன்னும் காதலைச் சொல்லாதவர்களுக்கு எப்படி இருக்கும்!

ஒரு காதலன் தன்னுடைய காதலியை எட்ட நின்று ரசிக்கிறான். அவள் கிளம்பிச் சென்றபிறகும் அவளையே எண்ணித் தவிக்கிறான், 'யானைமாதிரி பெருமூச்சு விடறேன்' என்று அவனே சொல்கிறான்.

'இவ்ளோ தூரம் உணர்ச்சிவயப்படறியே, யாருய்யா அந்தப் பொண்ணு?'

'அட, உனக்குத் தெரியாதா அவளை?' ஆசையோடு வர்ணிக்கத் தொடங்குகிறான் அவன், 'சுனையில பூத்த பூக்களையெல்லாம் பறிச்சுத் தொடுத்துச் சூடியிருப்பாளே, அந்தத் தினை வயல்ல வர்ற கிளிங்களையெல்லாம் விரட்டுவாளே, கண்ணுகூட பூமாதிரி இருக்குமே, அந்தப் பொண்ணுதான்.'

'சரி, இன்னிக்கு வந்த கிளி நாளைக்கும் வரும், அவ கிளியை விரட்ட வருவா, போய்ப் பாரு!'

'ஆனா, நான் அவளை நினைச்சு ஏங்குறதும் என் மனசு அவகிட்ட இருக்கறதும் அவளுக்குத் தெரியுமோ, தெரியாதோ!'

குறுந்தொகையில் கபிலர் காட்டும் காட்சி இது:

சுனைப்பூக் குற்றுத் தொடலை தைஇப்
புனக்கிளி கடியும் பூங்கண் பேதை
தான் அறிந்தனளோ, இலளோ! பால் நாள்
பள்ளி யானையின் உயிர்த்து என்
உள்ளம் பின்னும் தன் உழையதுவே!

2

அவள் அவனை நினைத்துக்கொண்டிருந்தாள். ஊரார் அவளை நினைத்து அவலை இடித்தார்கள். விதவிதமாக வதந்திகள். இவற்றை எண்ணி அவள் மேலும் வருந்தினாள். 'அவன் என்னைத் திருமணம் செய்துகொண்டுவிட்டால், இந்த ஊர் இப்படிப் பேசுமா?' என்று ஏங்கினாள்.

ஆனால், திருமணம் என்பது அவளுடைய தீர்மானமா? அவன்தானே அதற்கு வழி செய்யவேண்டும்? காதலைக் களவு, கற்பு என்று இருவிதமாகப் பிரித்தது அன்றைய மரபு.

களவுக் காதல் என்றால், வீட்டுக்குத் தெரியாமல் ரகசியமாகக் காதலிப்பது. கற்புக் காதல் என்றால், திருமணம் செய்துகொண்டு சேர்ந்து வாழ்வது. ஆக, களவுக் காதலில் த்ரில் அதிகம், மகிழ்ச்சி அதிகம், பொறுப்பு குறைவு. தினமும் சில மணி நேரம் சந்தித்துவிட்டு அவரவர் வேலையைப் பார்க்கச் சென்றுவிடலாம். ஆனால், எப்போதும் களவுக் காதலிலேயே குடியிருக்கக்கூடாது, ஒருகட்டத்தில் அது கற்புக் காதலாக மாறவேண்டும். குடும்பம் என்கிற பொறுப்பை ஏற்கவேண்டும்.

அதைதான் ஊர் வதந்தியாகப் பேசுகிறது. அவர்களுடைய நோக்கம் காதலைப் பிரிப்பது அல்ல, அதைக் கற்பு நெறிக்கு மாற்றுவது.

ஆனால், காதலர்களுக்கு அது புரியுமா? ‘எங்களைப்பற்றி இவர்கள் தவறாகப் பேசுகிறார்களே’ என்று கோபம்தான் வரும். ’இவர்கள் வாயை அடைப்பதற்காகவே நாங்கள் திருமணம் செய்துகொண்டு வாழ்ந்து காட்டுவோம்’ என்று நினைப்பார்கள்.

ஊராரின் நோக்கமும் அதுதான். காதலில் மயங்கிக் கிடப்பவர்களுக்கு இந்தப் பேச்சினால் ரோஷம் வந்தால் சந்தோஷம்தானே.

ஒரு பையன் வீட்டில் சும்மா உட்கார்ந்திருக்கிறான். ‘எனக்கு ஏதாவது உதவி செய்யலாம்ல?’ என்று கேட்கிறார் தாய். அவருடைய நோக்கம், உதவி பெறுவதுமட்டுமல்ல. அவன் சோம்பேறியாகிவிடக்கூடாது என்பதும்தான்.

சில பையன்கள் உடனே எழுந்து உதவி செய்வார்கள். சில பையன்கள் ஏழெட்டுமுறை சொல்லும்வரை சும்மா இருந்துவிட்டு, ‘ஏன் இப்படி என்னைப் போட்டுப் படுத்தறே?’ என்று எரிச்சல்படுவார்கள்.

அப்படி எரிச்சல்படும் பையன்கள் ஐந்து நிமிட வேலையை ஒரு நிமிடத்தில் செய்துவிடுவார்கள். அதன்மூலம் திட்டிய தாயின் மூக்கை உடைத்துவிட்டதாக அவர்களுடைய எண்ணம். உண்மையில், சும்மா இருந்தவனை அதிவேகமாக ஒரு வேலையைச் செய்யவைத்தது தாயின் வெற்றிதான். அந்தக் கோபமும் அவருடைய சாதனைதான்.

அதுபோல, பொறுப்புகள் இல்லாத களவுக் காதலில் மயங்கிக் கிடக்கிறவர்களைக் கற்பு நெறிபற்றி யோசிக்கவைப்பது ஊரின் வேலை. அதற்காக அவர்கள் என்ன வேண்டுமானாலும் பேசுவார்கள்.

குறிப்பாக, காதலியின் ஊரில் உள்ளவர்கள்தான் இப்படி அதிகம் பேசுவார்கள். காரணம், காதலன் இன்னோர் ஊருக்குச் சென்று காதலித்துவிட்டு வருகிறான். அவனுடைய ஊரில் உள்ளவர்களுக்கு அவன் போவதும் வருவதும் தெரியும், காதலிப்பது தெரியாது.

காதலியின் ஊர் அப்படியல்ல. அங்கே அவன் வருகிறான், அவளைச் சந்திப்பதற்காக ஓர் இடத்தில் நிற்கிறான். அவள் அங்கே வருகிறாள். அதைச் சிலர் பார்க்கிறார்கள். பலவிதமாகப் பேசுகிறார்கள். இதை 'அலர்' என்பார்கள்.

சில காதலிகள் இந்த அலரையே சாக்காக வைத்துக் காதலனைத் தூண்டிவிடுவார்கள். சில நேரங்களில் காதலையே தூண்டிவிடுவார்கள்.

ஓர் ஆணுக்கும் பெண்ணுக்கும் காதல் என்று எல்லாரும் பேசிக்கொள்கிறார்கள். அதற்குக் காரணம் யார் என்று அவர்களுக்குள் செல்லச் சண்டை.

'உனக்கும் எனக்கும் காதல்ன்னு ஊரே பேசுது' என்கிறாள் அவள், 'இதையெல்லாம் நீதான் தூண்டிவிட்டிருக்கணும். உன் சிநேகிதங்ககிட்ட சொல்லி இப்படிப் பேசவெச்சது நீதானே?'

'சேச்சே' என்கிறான் அவன், 'எனக்கு உன்மேலதான் சந்தேகம், நீதான் உன் சிநேகிதிங்களை வெச்சு இந்தமாதிரி ஒரு வதந்தியைக் கிளப்பிவிட்டிருக்கணும்.'

'என்னது? வதந்தியா?' என்று கோபிக்கிறாள் அவள், 'அப்படீன்னா ஊர் சொல்றது பொய்யா?'

அவன் கவிதையாக பதில் சொல்கிறான், 'நீ வேறு, நான் வேறு, யார் சொன்னது?'

இந்த வரியை இருவிதமாகப் படிக்கலாம். 'நீ வேறு, நான் வேறு, இது புரியாமல் நமக்குள் காதல் என்று யார் சொன்னது?' என்பது ஓர் அர்த்தம். 'நீ வேறு, நான் வேறு என்று யார் சொன்னது? நாம் இருவரும் ஒருவர்தானே?' என்பது இன்னோர் அர்த்தம்.

சாமர்த்தியமான இந்த வரிகள், வைரமுத்து எழுதியவை:

> 'என்னோடு காதல் என்று பேசவைத்தது
> நீயா? இல்லை நானா?'

'ஊரெங்கும் வதந்திக்காற்று வீசவைத்தது
நீயா? இல்லை நானா?'
'உன்னோடு லவ் என்று ஊர் சொன்னது!'
'நீ வேறு, நான் வேறு, யார் சொன்னது?'

இப்படி ஊரின் பேச்சைக் காரணமாகச் சொல்லிக் காதலைத் தூண்டலாம், கல்யாணப் பேச்சையும் தூண்டலாம். 'தினமும் வந்து என்கிட்ட பேசினாப் போதாது, எங்க அப்பாகிட்டயும் பேசு, என்னைப் பெண் கேளு' என்று சொல்லலாம். இதைத் தனியே சொல்லவேண்டுமா? அவனுக்கே தெரியாதா?

அதுதான் பிரச்னை. அவன் அருகே இருக்கும்போது, அவள் மகிழ்ச்சியாக இருக்கிறாள். அவனோடு சாதாரணமாகப் பேசுகிறாள், சிரிக்கிறாள். ஆனால், அவன் கிளம்பிச் சென்றபிறகு, பிரிவால் வாடுகிறாள். ஊரார் பேச்சை எண்ணி வருந்துகிறாள், கோபிக்கிறாள். இவன் திருமணப் பேச்சை எடுப்பதற்குள் வேறு யாராவது தன்னைப் பெண் கேட்டு வந்துவிடுவார்களோ என்ற பதற்றமும் அவளுக்கு உண்டு.

இதெல்லாம் எப்போதும் ஆணுக்குப் புரியாது. அவனைப் பொறுத்தவரை அவள் மகிழ்ச்சியாக இருக்கிறாள். அதைதான் அவன் பார்க்கிறான்.

அவனுக்கும் பிரிவுத் துயரம் உண்டு. ஆனால், சமூகம் சார்ந்த கட்டுப்பாடுகள் காதலிக்கு அதிகம். ஆகவே, அவளுக்குக் கவலைகளும் அதிகம். இதை அவனுக்குப் புரியவைக்கவேண்டிய பொறுப்பு அவளுடையதுதான், அல்லது, தோழியுடையது.

பாரதியாரின் அற்புதமான பாடலொன்றில், தன் காதலனாகிய கண்ணனைப்பற்றித் தோழியிடம் பேசுகிறாள் காதலி:

கண்ணன் மனநிலையைத் தங்கமே, தங்கம்,
கண்டுவர வேணுமடி, தங்கமே, தங்கம்!
எண்ணம் உரைத்துவிடில், தங்கமே, தங்கம், பின்னர்
ஏதெனிலும் செய்வமடி, தங்கமே, தங்கம்!

காதலனிடம் சென்று தனக்காகப் பேசி வருமாறு தோழியை அனுப்புகிறாள் இந்தக் காதலி. அவனிடம் என்னவெல்லாம் சொல்லவேண்டும் என்று பட்டியல் போடுகிறாள்:

1. *சொன்ன வார்த்தை மீறலாமா? அது அவனுக்கு அழகா?*
2. *என்னிடம் ஏதாவது பிழையா? அதையாவது சொல்லச்சொல்*
3. *என்னைப் பித்துப்பிடித்ததுபோல் செய்துவிட்டு, இப்படித் தலைமறைவாகத் திரியலாமா? அது அவனுக்கு அவமானமில்லையா?*
4. *அன்றைக்கு ஆற்றங்கரையில் என்னைத் தனியாக அழைத்துப் பேசியதையெல்லாம் மறந்துவிட்டானா? அதைப்பற்றி ஊர்முழுக்கச் சொல்லி அவனுடைய மானத்தை வாங்கிவிடுவேன் என்று சொல்லிவிட்டு வா!*

சொன்ன மொழி தவறு மன்னவனுக்கே, எங்கும்
தோழமை இல்லையடி, தங்கமே, தங்கம்,
என்ன பிழைகள் இங்கு கண்டிருக்கிறான்? அவை
யாவும் தெளிவு பெறக் கேட்டுவிடடீ!
மையல் கொடுத்துவிட்டு, தங்கமே தங்கம், தலை
மறைந்து திரிபவர்க்கு மானமும் உண்டோ?
ஆற்றங்கரையதனில் முன்னம் ஒருநாள், எனை
அழைத்துத் தனியிடத்தில் பேசியதெல்லாம்,
தூற்றி நகர்முரசு சாற்றுவன் என்றே
சொல்லி வருவையடி, தங்கமே, தங்கம்!

இப்படி வீரமாகப் பேசிய அவள், மறுகணம் தன் நிலையை எண்ணி வருந்துகிறாள், அவன்மீது உள்ள காதலால் ஏங்குகிறாள்:

பெண்ணென்று பூமிதனில் பிறந்துவிட்டால், மிகப்
பீழையிருக்குதடி, தங்கமே, தங்கம்,
பண்ணொன்று வேய்ங்குழலில் ஊதி வந்திட்டான், அதைப்
பற்றி மறக்குதில்லை பஞ்சையுள்ளமே!
நேரம்முழுவதிலும் அப் பாவி தன்னையே, உள்ளம்

நினைத்து மறுகுதடி, தங்கமே, தங்கம்,
தீர ஒரு சொல் இன்று கேட்டுவந்திட்டால், பின்பு
தெய்வம் இருக்குதடி, தங்கமே, தங்கம்!

இன்னொரு காதலன், தன் காதலியைப் பார்ப்பதற்காக வருகிறான். அவனிடம் கல்யாணப் பேச்சை எடுக்கிறாள் காதலி.

அவன் எரிச்சல்படுகிறான், 'எப்பப்பார் கல்யாணப் பேச்சுதானா?'

'என் பிரச்னை உனக்குப் புரியாது!' என்கிறாள் அவள்.

'உனக்குமட்டும்தான் பிரச்னையா? எனக்கும்தான் பிரச்னை இருக்கு.'

'என்ன பிரச்னை?'

'இதோ, இப்ப உன்னைப் பார்க்க வர்றேனே, அந்த வழி எவ்ளோ ஆபத்தானது தெரியுமா? காட்டு வழியில கஷ்டப்பட்டு உன்னைப் பார்க்கதானே வந்திருக்கேன்?'

'அது எனக்குப் புரியுது, நீ எந்த ஆபத்தும் இல்லாம வரணுமேன்னு நான் தினமும் தெய்வத்தை வேண்டிகிட்டிருக்கேன். ஆனா, இப்படி எத்தனை நாள் பயந்துகிட்டே காதலிக்கறது? எப்போ எங்க அப்பாகிட்டே வந்து என்னைப் பொண்ணு கேட்கப்போறே?'

'வர்றேன், வர்றேன்' என்கிறான் அவன். அந்தப் பேச்சு அங்கேயே நிற்கிறது.

மறுநாள், தோழி காதலியிடம் பேசுகிறாள், 'என்ன ஆச்சு?'

'ம்ஹூம், நான் எவ்ளோ சொன்னாலும் புரிஞ்சுக்க மாட்டேங்கறான்!' என்கிறாள் அவள். அழகான குவளை மலர்போன்ற அவளுடைய கண்களில் இருந்து நீர் வடிகிறது. மூங்கில்போல் பருத்த தோள்கள் மெலிந்து கிடக்கின்றன. கையில் இருந்த வளையல் கழன்று விழுகிறது.

தோழி அவளை நெருங்கி அணைத்துச் சமாதானப்படுத்துகிறாள். 'ஊர் இப்படிப் பேசுதேன்னு அவனுக்குப் புரியமாட்டேங்குதே!'

'அவனோட ஊர், ஒரு மலைக் கிராமம். அங்கே வேட்டைக்குப் போனவங்க மாமிசத்தைக் கொண்டுவந்து வீட்டில கொடுப்பாங்க. அவங்களோட மனைவிங்க அதை வாங்கி, பல துண்டாச் செஞ்சு, எல்லாருக்கும் பகிர்ந்து தருவாங்க. இதை அவனும் பார்த்திருப்பான்தானே?'

'அதுபோல, நீங்களும் கணவன், மனைவியா ஒரு வீட்ல மகிழ்ச்சியா வாழணும், சம்பாதிச்சதைப் பகிர்ந்து கொடுத்து சந்தோஷப்படணும்ங்கற எண்ணமெல்லாம் உன்னைமாதிரி அவனுக்கும் இருக்கும்.'

'வெறும் எண்ணம் இருந்து என்ன பிரயோஜனம்? அதுக்கு என்ன செய்யணும்னு யோசிக்கணுமே!'

'தினமும் அவன் உன்னைப் பார்க்க வர்றான், அந்தப் பாதை எப்படிப்பட்டது தெரியுமா?'

'அங்கே கொடூரமான காட்டுப் புலிங்க இருக்கு, யாராவது பக்கத்துல வந்தா அடிச்சுப்போட்டுடும்.'

'அதனால, யானைங்ககூட தங்களோட குட்டியை அந்தப் பக்கம் இந்தப் பக்கம் போகாதபடி தடுத்து நிறுத்தும். அந்த அளவுக்கு ஆபத்தான, இருட்டான பாதையில அவன் தினமும் வர்றான். காரணம், உன்மேல இருக்கற ஆசைதான்.'

'இவ்ளோ சிரமப்படறதுக்கு, உன்னைக் கல்யாணம் செஞ்சுகிட்டான்னா, ஒரே வீட்ல மகிழ்ச்சியா வாழலாமே' என்கிறாள் தோழி, 'கவலைப்படாதே, அந்த நாள் சீக்கிரமா வரும்!'

நற்றிணையில் நல்விளக்கனார் என்ற புலவர் எழுதிய பாடல் இது:

ஆய்மலர் மழைக்கண் தெள்பனி உறைப்பவும்
வேய்மருள் பணைத்தோள் விறல் இழை நெகிழவும்
அம்பன் மூதூர் அரவம் ஆயினும்
குறிவரி இரும்புலி அஞ்சிக் குறுநடைக்
கன்றுடை வேழம் நின்று காத்து அல்கும்
ஆரிருள் கடுகிய அஞ்சுவரு சிறுநெறி
வாரற்கதில்ல, தோழி, சாரல்
கானவன் எய்த முளவுமான் கொழுங்குறை
தேம்கமழ் கதுப்பின் கொடிச்சி மகிழ்ந்துகொடு
காந்தள்அம் சிறுகுடிப் பகுக்கும்
ஓங்குமலை நாடன், நின் நசையினானே!

கிராமத்திலும் இதே கதைதான். காதலன் திருமணப் பேச்சை எடுக்காமல் இருக்கிறான், காதலி அவனை எப்படி வழிக்குக் கொண்டுவருவது என்று யோசித்துக்கொண்டிருக்கிறாள்.

ஒருநாள், அவன் அவளிடம் கேட்கிறான்:

அஞ்சுரூபா தாரேன்,
அரக்கு போட்ட சேலை தாரேன், உன்
ஆத்தாள் அறியாம நீ
வாக்கப்பட்டு வந்திரடி!

அவனுடைய ஆசை அவளுக்குப் புரிகிறது. ஆனால், அதற்கான முயற்சியை அவன் எடுக்கவேண்டும், முறைப்படி திருமணம் நடக்கவேண்டும் என்று எதிர்பார்க்கிறாள், அதை இப்படிச் சொல்கிறாள்:

அஞ்சுரூபா வேணாம்,
அரக்குபட்டுச் சேலை வேணாம்,
தட்டான் அறியாம, நீ
தாலி பண்ணி வந்திரடா!

இப்படிப் பேசிக்கொண்டிருக்கும்போது ஒருநாள், அவன் நிஜமாகவே பெண் கேட்டு வந்துவிடுகிறான். இந்தச் செய்தியைத் தாய் வந்து அவளிடம் சொல்கிறாள்.

அவளுக்கு ஒருபக்கம் ஆச்சர்யம், இன்னொருபக்கம் மகிழ்ச்சி. தாயைக் கட்டிக்கொண்டு வாழ்த்துகிறாள்.

பொதுவாகத் தாய்தான் மகளை வாழ்த்துவாள். ஆனால் இங்கே, மகள் தாயை வாழ்த்துகிறாள். 'அம்மா, உனக்கு இனிமே சோறே கிடையாது!'

'என்னடீ இப்படிச் சொல்றே?'

'ஆமாம்மா, இப்படி ஒரு நல்ல செய்தியைச் சொல்லியிருக்கியே, உனக்கு மூணு வேளையும் அமுதம்தான் சாப்பாடு!'

தாய் சிரிக்கிறாள், 'ஒரு சொட்டு அமுதம் சாப்பிட்டாலே போதும், எதுக்கு மூணு வேளையும்?'

'அமுதம்மாதிரி என் காதலன், அவனோட நான் சேர்ந்து வாழப்போறேன்னு சொன்னியே, அதுக்காக உனக்கு நாள்முழுக்க அமுதம் ஊட்டினாலும் தப்பில்லைம்மா' என்கிறாள் அவள்.

'அம்மா, என் காதலனோட மலை நாட்டுல, நிறைய பலா மரம் இருக்குமாம். அதில நல்ல சுவையான பழங்கள் தொங்குமாம்.'

'எப்படிப்பட்ட சுவை தெரியுமா? நாமே உழைச்சு, நாமே சம்பாதிச்சு, அந்தக் காசுல நாமே பொருள் வாங்கி, நாமே சமைச்சுச் சாப்பிட்டா அந்தச் சாப்பாடு எவ்ளோ சுவையா இருக்கும்! அந்த அளவு சுவையான பழங்கள் அவன் ஊர்ல இருக்குமாம்!'

'பழம் எப்படியோ, அந்தப் பயல் அந்த அளவு சுவையானவன்தான். அவனைக் கல்யாணம் செஞ்சுவைங்க, நாள்முழுக்க ருசிச்சுகிட்டுக் கிடக்கறேன்!'

குறுந்தொகையில் வெண்பூதன் எழுதிய பாடல் இது:

> அரும்பெறல் அமிழ்தம் ஆர்பதம் ஆகப்
> பெரும்பெயர் உலகம் பெறீஇயரோ அன்னை,
> தம் இல் தமது உண்டன்ன சினைதொறும்

> தீம்பழம் தூங்கும் பலவின்
> ஓங்குமலை நாடனை 'வரும்' என்றோளே!

இந்த மகிழ்ச்சியை ஒரு திரைப்பாடலில் அழகாகப் பதிவு செய்கிறார் தாமரை:

> இதுதானா, இதுதானா,
> எதிர்பார்த்த அந்நாளும் இதுதானா!
> இவன்தானா, இவன்தானா,
> மலர் சூட்டும் மணவாளன் இவன்தானா!
> பகலிலும் நான் கண்ட
> கனவுகள் நனவாக,
> உனதானேன், நான் உனதானேன்!
> திருமண நாள் எண்ணி
> நகர்ந்திடும் என் நாட்கள்,
> சுகமான ஒரு சுமையானேன்!
> இதழ் பிரிக்காமல்,
> குரல் எழுப்பாமல், நான்
> எனக்கான ஒரு பாடல் பாடிக்கொண்டேன்!

பெண்ணின் குரலைப் பெண் பாடும்போது, இதுபோன்ற நியாயமான எதிர்பார்ப்புகளும் அதில் சேர்ந்துகொள்ளும்:

> ஞாயிறு மதியம் சமையல் உனது,
> விரும்பி நீ சமைத்திடுவாய்!
> 'வேடிக்கை பார்' என என்னை அமர்த்தி,
> துணிகளும் துவைத்திடுவாய்!

இன்றைய காதலனுக்காவது இது புரியவேண்டும். அதுவே என்றைக்கும் காதலிகளின் எதிர்பார்ப்பு!

3

தமிழில் வாரத்துக்கு நாலு காதல் கவிதைப் புத்தகங்கள் வருகின்றன.

இந்த 'ட்ரெண்ட்'ஐ ஆரம்பித்துவைத்தவர் தபூ சங்கர் என்று பலரும் நினைத்துக்கொண்டிருக்கிறார்கள். அவருடைய 'வெட்கத்தைக் கேட்டால் என்ன தருவாய்?'க்கு முன்பாகவே மிகப் பிரபலமான, இன்றும் அதே பரவசத்துடன் பலரால் வாசிக்கப்படுகிற காதல் கவிதைத் தொகுப்பு, மீராவின் 'கனவுகள்+ கற்பனைகள்= காகிதங்கள்'.

இதில் வரும் காதலன், தன் காதலியைப் பார்த்து இப்படிச் சொல்கிறான்:

கோடைகாலம்
வரும்போதெல்லாம்
ஓர் எஸ்கிமோவைப்போல்
பனிப்பிரதேசத்தின்
பக்கம் திரியவேண்டும்
என்று ஆசைப்பட்டிருக்கிறேன்.
குளிர்காலம்

வரும்போதெல்லாம்
ஒரு புகைவண்டி ஓட்டியைப்போல்
நெருப்பின்பக்கம்
நிற்கவேண்டும்
என்று ஆசைப்பட்டிருக்கிறேன்.
இப்போது,
எந்தக் காலத்திலும்
உன் பக்கமே இருக்கவேண்டும்
என்று ஆசைப்படுகிறேன்.

இந்தக் கவிதைக்கு என்ன பொருள்? காதலித்தால் பனியும் குளிரும் தெரியாது என்பதா?

அதெப்படி? இயற்கை காதலர்களைமட்டும் வேறுவிதமாக நடத்துமா என்ன? அவனுக்கும் குளிரும், வெயில் அடிக்குமே.

உண்மைதான். ஆனால், பக்கத்தில் அவள் இருந்துவிட்டால், குளிருக்குப் போர்வை ஆவாள், வெயிலுக்கு விசிறியும் ஆவாள். டூ-இன்-ஒன்.

புலமைப்பித்தன் ஒரு திரைப்பாடலில் இதை எழுதுகிறார்:

கோடை காலங்களில்,
குளிர் காற்று நீயாகிறாய்,
வாடை நேரங்களில்,
ஒரு போர்வை நீயாக வந்தாய்!

மீராவுக்கும் புலமைப்பித்தனுக்கும் ஒத்த சிந்தனை வரக் காரணமான பாடல், குறுந்தொகையில் இருக்கிறது. படுமரத்து மோசிக்கொற்றன் எழுதியது.

காதலன் வெளியூர் செல்லவேண்டும். அப்போதுதான் வேலை பார்த்துப் பணம் சம்பாதிக்கலாம், அவளைத் திருமணம் செய்துகொள்ளலாம்.

ஆகவே, அவனைக் ‘கிளம்பு, கிளம்பு’ என்று விரட்டுகிறது

மனம். அவன் அதைப் பரிதாபமாகப் பார்க்கிறான். 'அவசியம் போகணுமா?'

'ஆமா, பின்னே?'

'இப்போ கிளம்பிப் போய் என்ன பிரயோஜனம்?'

'பணம் வருமே!'

'ம்க்கும், பணத்தை வெச்சு என்ன பண்றது?' என்கிறான் அவன். 'என் காதலியைப் பிரிஞ்சுபோகணுமே, அதைவிட அந்தப் பணம் முக்கியமா?'

'என்ன பெரிய காதலி?'

'சும்மா சொல்லாதே, உனக்கு அவளைப்பத்தித் தெரியாது.'

'சரி, நீதான் சொல்லேன், கேட்கறேன்!'

'உனக்குப் பொதிகை மலை தெரியுமா?'

'ஏதோ, சுமாராத் தெரியும்!'

'எல்லாருக்குமே சுமாராதான் தெரியும்' என்கிறான் அவன். 'அந்தப் பெரிய மலையை முழுக்கத் தெரிஞ்சவங்க யாருமே கிடையாது!'

'அப்படிப்பட்ட பொதிய மலையோட உச்சியில, மக்கள் தெய்வங்களை வழிபடற இடங்கள் இருக்கு, பக்கத்துல சந்தனம் விளைஞ்சிருக்கு.'

'அந்தச் சந்தனத்தை அரைச்சுப் பூசினா, வெயில்காலத்துல நல்லா குளிர்ச்சியா இருக்கும். அந்தமாதிரி என் காதலி!'

'சரிதான்' கேலியாகச் சிரிக்கிறது அவன் மனம், 'வெயில்காலத்துல சந்தனம், குளிர்காலத்துல?'

'தாமரைப்பூ பார்த்திருக்கியா?'

‘பார்த்திருக்கேனே, அதுக்கென்ன?’

‘பகல்முழுக்க அந்தத் தாமரைப்பூ வெயில்ல நிக்கும், எல்லா வெப்பத்தையும் வாங்கிக்கும். சாயந்திரம் சூரியன் மறைஞ்சதும், அப்படியே குவிஞ்சு மூடிக்கும், மறுநாள் காலையில சூரியன் வர்றவரைக்கும், அந்த வெயிலைத் தனக்குள்ளே பூட்டி வெச்சுக்கும். மொத்த உலகமும் குளிரோட இருந்தாலும், அந்தத் தாமரைக்குள்ளமட்டும் வெப்பம் இருக்கும்.’

‘அதுபோல, குளிர்காலத்துல எனக்கு அவ வெப்பம் தருவா, வெயில்காலத்துல குளிர்ச்சி தருவா.’

மன்னுயிர் அறியாத் துன்னரும் பொதியில்
சூருடை அடுக்கத்து ஆரம் கடுப்ப
வேனிலானே தண்ணியள் பனியே
வாங்குகதிர் தொகுப்பக் கூம்பி ஐஎன
அலங்கு வெயில் பொதிந்த தாமரை
உள்ளகத்து அன்ன சிறுவெம்மையளே!

இந்தச் சந்தனத்துக்குக் காதலில் இன்னொரு சிறப்பும் உண்டு. அன்றைய காதலர்கள் இரவு நேரத்தில் காதலியைச் சந்திக்க வரும்போது, சந்தனம் பூசிக்கொண்டுதான் வருவார்களாம். அது ஒரு குறிப்பு.

‘சந்தன மார்பிலே
குங்குமம் சேர்ந்ததே’

என்று இளையராஜா ஒரு பாடலில் எழுதியிருப்பார். அவன் பூசியிருக்கிற சந்தனத்தில், அவளுடைய குங்குமம் சேர்கிற காட்சி அது.

நெற்றிக் குங்குமமா?

இல்லை, பெண்கள் மார்பில் குங்குமம் பூசுவார்களாம். ஆணைத் தழுவும்போது, அவன் தோளில் இருக்கிற சந்தனத்தோடு அவள் மார்பில் இருக்கிற குங்குமம் சேரும். கம்பராமாயணத்தில் ஒரு பாடல் இதை மிக அழகாக வர்ணிக்கிறது:

ஏழையர்
துணை முலைக் குங்குமச் சுவடும், ஆடவர்
மணி வரைப் புயத்து மென் சாந்தும் மாழ்கி...

இங்கே ‘ஏழையர்’ என்றால் பெண்கள், அவர்களுடைய மார்பகங்களில் பூசிக்கொண்டிருந்த குங்குமச் சுவடும், ஆண்கள் தங்களுடைய தோள்களில் பூசியிருந்த சந்தனமும் கலக்கிறது!

குறுந்தொகையில் இன்னொரு காதலி, ‘அவன் பூசிக்கிட்டிருக்கிற சந்தனம் எனக்கு நோய் தருது, அதே நோயைத் தீர்த்தும் வைக்குது!’ என்கிறாள்.

பக்கத்தில் இருந்த தோழி கேட்கிறாள், ‘என்னடி சொல்றே? நோயைத் தர்ற விஷயமே எப்படி நோயைத் தீர்த்துவைக்கும்?’

திருவள்ளுவர் இதையே எழுதுகிறார்:

இருநோக்கு இவள் உண்கண் உள்ளது, ஒருநோக்கு
நோய் நோக்கு, ஒன்று அந்நோய் மருந்து.

இந்தப் பெண்ணுக்கு இரண்டுவிதமான பார்வைகள். ஆசையோடு பார்த்தால், என் நெஞ்சில் காதல் நோயைத் தருகிறாள். பிறகு, இன்னொரு பார்வையால் அதே நோய்க்கு மருந்து போட்டுக் குணமாக்குகிறாள்.

அவளுடைய பார்வையைப்போல, இவனுடைய சந்தனம். அதுவே நோய் தருகிறது, அதுவே நோயைத் தீர்த்துவைக்கிறது.

காதலி விளக்கத் தொடங்குகிறாள், ‘என் காதலனோட ஊர்ல மரத்து உச்சியில பரண்ல இருக்கறவங்க வெளிச்சத்துக்காகவும் நறுமணத்துக்காகவும் மரக்கட்டைங்களைக் கொளுத்திவைப்பாங்க, அதெல்லாம் நட்சத்திரம்மாதிரி மின்னும்.’

‘அந்த ஊரைச் சேர்ந்த என் காதலனோட சந்தனம் பூசின மார்பை நினைச்சா, எனக்குக் காதல் நோய் வருது, அதே மார்பைக் கட்டிக்கிட்டா, அந்த நோய் போயிடுது!’

மாடலூர் கிழார் எழுதிய அந்தக் குறுந்தொகைப் பாடல்:

> சேணோன் மாட்டிய நறும்புகை ஞெகிழி
> வானமீனின் வயின்வயின் இமைக்கும்
> ஓங்குமலை நாடன் சாந்துபுலர் அகலம்
> உள்ளின் உள்நோய் மல்கும்,
> புல்லின் மாய்வது எவன்கொல் அன்னாய்!

ஒரு காதலனும் காதலியும் யாருக்கும் தெரியாமல் ஊரை விட்டுச் செல்கிறார்கள். இன்னோர் இடத்தில் திருமணம் செய்துகொண்டு வாழத் தீர்மானிக்கிறார்கள்.

மறுநாள், அந்தக் காதலியை வளர்த்த தாய் தன் மகளைக் காணாமல் தவிக்கிறார். 'எங்கே போனாளோ' என்று தேடுகிறார்.

ஊர் மக்கள் சொல்கிறார்கள், 'அவ தன் காதலனோட வேற ஊர்க்குப் போய்ட்டா.'

'அப்படியா? எந்த வழியாப் போனா?'

'இதோ, இந்த வழியாதான்!'

மகளைத் தேடிக்கொண்டு அந்த வழியாக ஓடுகிறார் தாய். எதிரில் வருகிறவர்களிடமெல்லாம் விசாரிக்கிறார், 'இந்தப் பக்கமா ரெண்டு பேர், ஓர் ஆணும் ஒரு பெண்ணும் போனதைப் பார்த்தீங்களா?'

அவர்கள் பதில் சொல்லவில்லை. ஆகவே, தாய்க்கு விஷயம் புரிந்துவிடுகிறது. 'பார்த்தீங்களா? சீக்கிரம் சொல்லுங்க' என்கிறார்.

'ஆமா, பார்த்தோம்!'

'எங்கே? எங்கே?'

'கொஞ்சம் பொறும்மா, ஏன் பதற்றம்? நிதானமா விஷயத்தைச் சொல்லு.'

'எப்படிங்க நிதானமாப் பேசறது, என் பொண்ணு யாரோ ஒருத்தனோட போயிருக்கா, அவங்களைக் கண்டுபிடிக்கவேணாமா?'

'அவ யாரோ ஒருத்தனோட போகலை, தன் தகுதிக்கு ஏத்த ஒருத்தனோடதான் போயிருக்கா' என்கிறார்கள் அவர்கள், 'உன் பொண்ணு தனக்குப் பிடிச்ச காதலனைத் திருமணம் செஞ்சுகிட்டு மகிழ்ச்சியா வாழப்போறா. அதை நினைச்சு நீ பெருமைப்படவேணாமா?'

'சந்தனம் மலையில பிறக்குது. ஆனா, அந்தச் சந்தனத்தால மலைக்கு எதாவது பயன் உண்டா? சரியான நேரத்துல அதை எடுத்து அரைச்சுப் பூசிக்கிறது யாரு? மலையா? மத்தவங்களா?'

'தண்ணிக்குள்ள முத்து பிறக்குது. ஆனா, அந்த முத்தால தண்ணிக்கு எதாவது பயன் உண்டா? கோத்து மாலையாப் போட்டுக்கறது யாரு? தண்ணியா? மத்தவங்களா?'

'யாழ்ல இசை பிறக்குது, அதனால, யாழுக்கு ஏதாவது நன்மை உண்டா? கேக்கறவங்கதானே இசையை ரசிக்கறாங்க?'

'அதுபோல, நீ வளர்த்த பொண்ணு, இப்ப இன்னொருத்தனுக்குச் சொந்தம், அவன்தான் தன்னோட உரிமைன்னு நினைச்சு அவனோட கிளம்பிப் போயிருக்கா, மகிழ்ச்சியாக் குடும்பம் நடத்துவா. நீ கவலைப்படாதே!'

காதலன் பூசிக்கொண்ட சந்தனமாகக் காதலியை உருவகப்படுத்திப் பேசும் இந்தப் பாடல் கலித்தொகையில் வருகிறது. எழுதியவர் பெருங்கடுங்கோ.

எறித்தரு கதிர் தாங்கி ஏந்திய குடைநீழல்
உறித்தாழ்ந்த கரகமும் உரைசான்ற முக்கோலும்
நெறிப்பட சுவலசைஇ வேறோரா நெஞ்சத்துக்
குறிப்பேவல் செயன்மாலைக் கொளைநடை அந்தணீர்,
வெவ்விடைச் செலன்மாலை ஒழுக்கத்தீர், இவ்விடை
என் மகள் ஒருத்தியும், பிறள் மகன் ஒருவனும்

தம்முளே புணர்ந்ததாம் அறிபுணர்ச்சியர்
அன்னார் இருவரைக் காணிரோ பெரும!
காணேம் அல்லேம், கண்டனம், கடத்திடை
யாணெழில் அண்ணலோடு அரும்சுரம் உன்னிய
மாணிழை மடவரற் தாயிர் நீர் போறிர்!
பலவுறு நறும்சாந்தம் படுப்பவர்க்கு அல்லதை
மலையுளே பிறப்பினும் மலைக்கு அவைதாம் என்செய்யும்?
நினையுங்கானும் மகள் நுமக்கும் ஆங்கு அனையளே!
சீர்கெழு வெண்முத்தம் அணிபவர்க்கு அல்லதை
நீருளே பிறப்பினும், நீர்க்கு அவைதாம் என்செய்யும்?
தேருங்கானும் மகள் நுமக்கு ஆங்கு அனையளே!
ஏழ்புணர் இன்னிசை முரல்பவர்க்கு அல்லதை
யாழுளே பிறப்பினும் யாழ்க்கு அவைதாம் என்செய்யும்?
சூழுங்கானும் மகள் நுமக்கும் ஆங்கு அனையளே,
எனஆங்கு
இறந்த கற்பினாள் எவ்வம் படரன்மின்,
சிறந்தானை வழிபடீஇச் சென்றனள்
அறந்தலை பிரியா ஆறுமற்றதுவே!

கிட்டத்தட்ட இதேபோன்ற ஒரு காட்சி திரைப்படமொன்றில் இடம்பெற்றபோது, அதற்கான பாடல் வரிகளை எழுதியவர் நா.காமராசன். மகள் இன்னொருவனைத் திருமணம் செய்துகொண்டுவிட்டாள் என்ற செய்தி கேட்டுத் தந்தையும் தாயும் ஒருவருக்கொருவர் ஆறுதல் சொல்லிக்கொள்வதாக அமைந்த அழகிய வரிகள் அவை:

மஞ்சள், குங்குமம், மார்பில் சந்தனம்
சூடும் கன்னிப் பாவை,
பாச தீபம் கையில் ஏந்தி,
வாழ வந்த வேளை,
கண்களாலே பெண்மை பாட,
இன்பம் கண்ட மங்கை!

இந்த வரிகளின் உச்சமாக, பெற்றோரின் நேசத்தைச் சொல்லும்

இந்த எதார்த்தமான முத்தாய்ப்பை வைக்கிறார் நா.காமராசன்:

> நாம் வாடி நின்றாலும்,
> நலமோடு வாழ்கவே!

அந்த இரண்டு பாடல்களில் மனம் மிகவும் கனத்துவிட்டது. கொஞ்சம் மடை மாற்றுவோம்.

பாண்டியனின் காதலி ஒருத்தி. அவன் மார்பைத் தழுவவேண்டும் என்று ஏங்குகிறாள்.

ஆனால், அவன் இப்போது அவள் அருகே இல்லை. எப்போது அவனை மீண்டும் காணலாம் என்று எண்ணி ஏங்குகிறாள். தூக்கம் வரவில்லை. இரவோடு பேச ஆரம்பிக்கிறாள். 'இரவே, உன் நிலைமை பரிதாபம்தான்!'

ஏன்? இரவுக்கு என்ன பிரச்னை?

'காதலன் அருகே இருக்கும்போது, இரவு விடியவேகூடாது என்றுதான் காதலிக்குத் தோன்றும். அதே காதலன் இல்லாதபோது, இந்த இரவு சீக்கிரம் விடிந்தால் பரவாயில்லை என்று தோன்றும்!'

'மலர்களைத் தொடுத்து மாலையாக அணிந்த பாண்டியன், மார்பில் சந்தனம் பூசியவன், அவனைத் தழுவும் காதலிகள், இரவே, நீ விடியாதே என்று உன்னை அதட்டுவார்கள்.'

'என்னைப்போல், அவனைத் தழுவ இயலாமல் தவிக்கிறவர்கள், இரவே, சீக்கிரம் விடிந்துவிடு என்று உன்னை அதட்டுவார்கள்.'

'இப்படி ரெண்டு பக்கமும் சிக்கிக்கொண்டு அவஸ்தைப்படுகிறாய், இரவே, உன் நிலைமை பரிதாபம்தான்!'

இந்தப் பாடல், முத்தொள்ளாயிரத்தில் வருகிறது:

> புல்லாதார் 'வல்லே புலர்க' என்பார், புல்லினார்
> 'நில்லாய் இரவே நெடிது' என்பார், நல்ல
> விராஅமலர்த் தார் மாறன் ஒண்சாந்து அகலம்,
> இராஅளிப்பட்டது இது!

காதலன் மார்பில் பூசிய சந்தனத்தின் மணத்தைக் காதலிமட்டுமா அனுபவிக்கிறாள்? ஊர்முழுக்க மணக்குமே! இதை எண்ணி ஒரு தோழி கவலைப்படுகிறாள்.

ஏன்? காதலன் பூசிய சந்தனத்தின் மணத்தை மற்றவர்கள் மோந்தால் என்ன தவறு?

மற்றவர்கள் மோந்தால் பரவாயில்லை, புலி மோந்தால் பிரச்னையாகிவிடுமே.

புலியா? அது எங்கிருந்து வந்தது?

இந்தக் காதலன் தன் காதலியைப் பார்ப்பதற்காக நன்கு உடை அணிந்துகொண்டு, மார்பில் சந்தனம் பூசிக்கொண்டு, மாலை அணிந்துகொண்டு வருகிறான். அவளைச் சந்தித்துவிட்டுத் திரும்பச் செல்கிறான்.

அப்படி அவன் செல்லும் வழியில் காடு இருக்கிறது. அங்கே புலிகள் திரிகின்றன. அந்தப் புலிகள் இவனுடைய சந்தன மணத்தை மோந்துவிட்டால், யாரோ ஒரு மனிதன் வருகிறான் என்று தெரிந்துகொண்டு அவன்மேல் பாய்ந்துவிடுமே, அது ஆபத்துதானே?

தோழி இப்படி விளக்கியதும், காதலிக்குப் பிரச்னை புரிகிறது, 'இப்போது என்ன செய்வது?' என்று கேட்கிறாள்.

'உன்னுடைய காதல் விஷயத்தை வீட்டில் சொல்லிவிடலாம்' என்கிறாள் தோழி. 'அப்போதுதான், திருமண ஏற்பாடுகள் உடனே நடக்கும், நீ அவனை மணந்துகொண்டு மகிழ்ச்சியாக வாழலாம், சந்தனம்போல் உங்கள் வாழ்க்கையும் சிறப்பாக மணக்கும்!'

இதுவும் குறுந்தொகைப் பாடல்தான். எழுதியவர் பெயர் தெரியவில்லை:

> மலைச் செஞ்சாந்தின் ஆர மார்பினன்,
> சுனைப் பூங்குவளைச் சுரும்பு ஆர் கண்ணியன்,

நடுநாள் வந்து நம் மனைப் பெயரும்
மடவரல் அரிவை நின் மார்பு அமர் இன்துணை
மன்ற மறையா விரிய வேறுஅட்டுச்
செங்கண் இரும்புலி குழுமும், அதனால்
மறைத்தற்காலையோ அன்றே,
திறப்பல் வாழி வேண்டு அன்னை நம் கதவே!

நிறைவாக, சந்தனம் என்றதும் பலருக்கும் நினைவுக்கு வருகிற காதல் பாட்டு, ஒரு நாட்டுப்புறப்பாடலை அடிப்படையாக வைத்து மருதகாசி எழுதியது.

காதலி இந்தக் கரையில் இருக்கிறாள், காதலன் அந்தக் கரையில் இருக்கிறான். அவனை எண்ணிச் சந்தனத்தை அரைத்துத் தண்ணீரில் அனுப்புகிறாள் அவள். அது தன் காதலனுக்குச் சென்று சேரவேண்டுமே என்று எண்ணிப் பாடுகிறாள்:

ஓடுகிற தண்ணியில
ஒறச்சுவிட்டேன் சந்தனத்த,
சேந்ததோ சேரலியோ
செவத்த மச்சான் நெத்தியிலே!
சந்தனம் அவன் கைக்குச் சென்றுவிட்டது, அதை நெற்றியில் இட்டுக்கொண்டு அவளைக் காண வருகிறான் அவன்.
சந்தனப் பொட்டுவெச்சு
சொந்த மச்சான் வந்திருக்கேன்,
சந்தோஷமாக நீயும்
வந்து சேரு இக்கரைக்கு!

4

அவன் இரவில் வருகிறான்.

அவளைப் பார்க்கத்தான் வருகிறான். அவளுக்கும் அவனை அப்படித் தினமும் சந்திப்பது மகிழ்ச்சிதான்.

ஆனால், இப்படி பயந்து காதலிப்பது எத்தனை நாளைக்கு? ஊர் நாலுவிதமாகப் பேசுமுன் திருமணம் செய்துகொள்ள வேண்டுமல்லவா? அவன் எப்போது அவளைப் பெண் கேட்க வருவான்?

இதை நேரடியாகக் கேட்க அவளால் இயலவில்லை. அவனைப் பார்த்தால் அந்தக் கணமே எல்லாவற்றையும் மறந்து அணைத்துக்கொள்ளதான் தோன்றுகிறது.

இதனால், காதலனுக்கு அவனுடைய பொறுப்பை நினைவுபடுத்தித் திருமணப் பேச்சை எடுக்கவேண்டிய பணி தோழிக்கு. அவள் மெதுவாக அந்தப் பேச்சைத் தொடங்க எண்ணுகிறாள்.

அந்தக் காதலன் வளமான ஊரைச் சேர்ந்தவன். அங்கே ஆண் யானையும், பெண் யானையும் சேர்ந்து வாழைத் தோட்டங்களில் மேயும். பிறகு, அது திகட்டிவிட்டது என்று பலா மரத்தை நோக்கிக் கிளம்பும். அதைப் பார்த்து மக்களெல்லாம் பயந்து

அலறுவார்கள். அப்படிப்பட்ட ஊரைச் சேர்ந்தவன், இவளைச் சந்திக்க ஒவ்வோர் இரவிலும் வருகிறான். ஆனால், பகல் நேரத்தில் வந்து பெண் கேட்கவில்லை.

ஒருநாள், அவன் தன் காதலியைச் சந்தித்துவிட்டுப் புறப்படும் நேரமாகப் பார்த்து, 'என்ன, கிளம்பியாச்சா?' என்கிறாள் தோழி.

'ஆமாம்!'

'மறுபடி எப்ப வருவீங்க?' என்று கேட்டுவிட்டு, அவன் பதில் சொல்வதற்குள், 'நீங்க வர்றவரைக்கும் இவளுக்கு உங்க ஞாபகமா எதையாவது தரலாமே!'

'எதையாவதுன்னா?'

'கழுத்துல மாலை போட்டிருக்கீங்களே, அதைக் கொடுத்துட்டுப் போங்க!'

'இந்த மாலையா, அது எதுக்கு?'

'நீங்க இல்லாதபோது உங்களை நினைச்சு இவ கவலையில இருப்பா, அப்போ இந்த மாலை இருந்தா, அதைத் தழுவிக்கிட்டுக் கொஞ்சநேரம் மனசு மாறுவா, அதனாலதான்!'

தோழி கேட்பது சாதாரண மாலை அல்ல. திருமணப் பேச்சைதான் அப்படிக் குறிப்பிடுகிறாள். இந்த விஷயம் காதலனுக்குப் புரியுமா?

நற்றிணையில் முறுவெங்கண்ணனார் எழுதிய அழகான பாடல் இது:

சிறுகண் யானைப் பெரும்கை ஈரினம்
குளவித் தண்கயம் குழையத் தீண்டிச்
சோலை வாழை முணைஇ அயலது
வேரல் வேலிச் சிறுகுடி அலறச்
செங்கால் பலவின் தீம்பழ மிசையும்
மாமலை நாட! தாமம் நல்கு என

வேண்டுதும், வாழிய! எந்தை வேங்கை
வீயுக விரிந்த முன்றில்
கல்கெழு பாக்கத்து அல்கினை செலினே.

திரைப்படமொன்றில் ஒரு காதலி தன்னைப் பிரிந்து செல்லும் காதலனிடம் இதேபோல் கேட்கிறாள். அவன் திரும்பிவரும்வரை தன்னுடைய ஞாபகமாக அவளுக்கு ஒரு நாணயத்தைத் தந்து செல்கிறான்.

அதன்பிறகு, அவள் பார்க்கும் வட்ட வடிவப் பொருள்கள் எல்லாமே நாணயம்போல் அவளுக்குத் தெரிகின்றன. இதனை யுகபாரதி எழுதுகிறார்:

பல்லாங்குழியின் வட்டம் பார்த்தேன்,
புல்லாங்குழலின் துளைகள் பார்த்தேன்,
துடிக்கும் கண்களில் கண்மணி பார்த்தேன்,
கடிகாரத்தில் நேரம் பார்த்தேன்,
செவ்வந்திப் பூவின் நடுவில் பார்த்தேன்,
தேசியக் கொடியில் சக்கரம் பார்த்தேன்,
இரவில் ஒருநாள் பௌர்ணமி பார்த்தேன்...
ஒற்றை நாணயம்!

அவள் மனம் உணர்ந்த அந்தக் காதலன் சொல்கிறான்:

‘காலம்முழுவதும் காத்திருப்பேன், நீ
காணும் இடத்தினில் பூத்திருப்பேன்,
ஒற்றை ரூபாய்ப் பக்கம் இரண்டும்
எந்தன் அன்பு சேர்ந்திருக்கும்,
நெஞ்சில் வைத்துக் காத்திரு!’

மேற்கண்ட நற்றிணைப் பாடலில் யானை பலாப்பழம் சாப்பிடுகிற காட்சியை ஏன் தோழி காதலனிடம் சொல்லவேண்டும்? அவர்கள் நாட்டை வர்ணிக்க வேறு விஷயமா இல்லை?

யானை ஜோடியாகப் பலாப் பழம் தின்ன வருகிறது. அதைப் பார்த்து ஊர் மக்கள் பயந்து ஓடுகிறார்கள்.

இங்கே ஊர் மக்கள் என்பது, காதலன், காதலியைப்பற்றிப் பலவிதமாகப் பேசுகிறவர்களைக் குறிக்கிறது. அவர்கள் முன்னால் கைகோத்துக்கொண்டு நீங்கள் ஜோடியாக நடக்கவேண்டும், இப்போது கேலி பேசுகிறவர்கள் அப்போது முகத்தை எங்கே வைத்துக்கொள்வார்கள்? அதை நான் பார்க்கவேண்டும் என்று தோழி சொல்லாமல் சொல்கிறாள்.

குறுந்தொகையில் கபிலர் எழுதிய ஒரு பாடலில், பலாப்பழம் வேறுவிதமான கருத்தைச் சொல்லப் பயன்படுகிறது. அங்கேயும் காதலன் காதலியை இரவில் சந்தித்துவிட்டுக் கிளம்புகிறான். தோழி அவனிடம் பேசுகிறாள்.

'உங்க ஊர்ல பலா மரம் உண்டா?'

'நிறைய உண்டே. அதுக்கென்ன?'

'பலா மரத்தோட காம்பு எப்படி இருக்கும்ன்னு பார்த்திருக்கீங்களா?'

'ஓ, நல்லா தடிமனா இருக்கும்!'

'ஒருவேளை, ஒரு சின்னக் காம்புல பெரிய பலாப்பழம் பழுத்துட்டா என்ன ஆகும்?'

'அந்தப் பழத்தோட எடையைத் தாங்கமுடியாம அந்தக் காம்பு உடைஞ்சுபோகும்.'

'அதுக்கப்புறம்?'

'பலாப்பழம் கீழே விழுந்து சிதறிப்போகும்!'

'உங்க காதலியும் அப்படித்தான்!' என்கிறாள் தோழி, 'அவளோட உயிர் ரொம்பச் சின்னது, அதுக்குள்ள இருக்கிற காதல் ரொம்பப் பெரிசு.'

அவள் அவ்வளவுதான் சொல்கிறாள். அதன் உட்பொருள், 'என் தோழி இன்னும் எவ்ளோ நாள் இந்தக் காதல் கனத்தைத் தாங்கிட்டிருப்பா? சீக்கிரமா கல்யாணப் பேச்சைத் தொடங்குங்க!'

> வேரல்வேலி வேர்க்கோட் பலவின்
> சாரல் நாட! செவ்வியை ஆகுமதி!
> யார் அஃது அறிந்திசினோரே? சாரல்
> சிறுகோட்டுப் பெரும்பழம் தூங்கியாங்குஇவள்
> உயிர் தவச்சிறிது, காமமோ பெரிதே!

இன்னொரு காதலன், அவன் ஊரிலும் பலா மரங்கள் அதிகம். அவற்றில் பலாப் பழங்கள் மரம்முழுக்க ஒன்றோடொன்று சேர்த்துத் தொடுத்ததுபோல் தொங்கிக்கொண்டிருக்குமாம்.

அந்தக் காதலனின் காதலி, தன் தோழியிடம் சொல்கிறாள், 'எனக்கு ஓர் எதிரி வந்திருக்கான்.'

'யார் அது?'

'என்னுடைய காதல்தான் எனக்கு எதிரி' என்கிறாள் காதலி.

'காதலை ஏன் எதிரின்னு சொல்றே?'

'என் காதலன் வரும்போது, இந்த எதிரி வந்து என்னைச் சூழ்ந்துக்கறான். சரி, அவன் கிளம்பிப் போனப்புறம் இவனும் கிளம்பவேண்டியதுதானே? இங்கேயே என் பக்கத்துல உட்கார்ந்துகிட்டுத் தொல்லை பண்றான்!' என்கிறாள் காதலி, 'அவனோடு சேர்ந்தாலும் காதல், அவனைப் பிரிந்தாலும் காதல்' என்பதால், அதைப் 'பகை' என்று குறிப்பிடுகிறாள்.

உறையூர்ச் சிறுகந்தன் எழுதிய குறுந்தொகைப் பாடல் இது:

> வேரும் முதலும் கோடும் ஓராங்குத்
> தொடுத்தபோலத் தூங்குபு தொடரிக்
> கீழ்தாழ்வன்ன வீழ்கோட் பலவின்
> ஆர்கலி வெற்பன் வருந்தொறும் வரூஉம்
> அகலினும் அகலாதாகி
> இகலும் தோழி நம் காமத்துப் பகையே!

கிட்டத்தட்ட இதேமாதிரி பிரச்னை கொண்ட ஒரு காதலியைத் திருவள்ளுவர் காட்டுகிறார்.

அவளுடைய காதலன் அவளைப் பார்க்க வந்திருக்கிறான். இருவரும் மகிழ்ச்சியாகப் பேசுகிறார்கள்.

பிறகு, அவன் கிளம்புகிறான். அப்படி அவன் திரும்பி நடந்த மறுகணம், இவள் உடலில் பசலை படர்ந்துவிடுகிறது. அவனை எப்போது மீண்டும் காண்பது என்று ஏங்கத் தொடங்கிவிடுகிறாள்:

உவக்காண் எம் காதலர் செல்வார் இவக்காண் என்
மேனி பசப்பு ஊர்வது!
இதையே ஒரு நாட்டுப்புறக் காதலியும் சொல்கிறாள்:
எலும்பிருக்க, தசைகுறைய
என்ன குத்தம் செய்தேனய்யா?

பாரதியார் இதேபோன்ற ஒரு காதலியைப் பாடுகிறார். அவள் கண்ணனைக் காதலனாகக் கருதி, அவனைத் தேடிக் காட்டில் அலைகிறாள். அதனால் இளைத்துவிடுகிறாள்:

திக்குத் தெரியாத காட்டில், உனைத்

தேடித்தேடி இளைத்தேனே!

அந்தக் காட்டில் நல்ல மரங்கள் இருக்கின்றன, விதவிதமான சுவையில் கனிகள் இருக்கின்றன, எங்கு பார்த்தாலும் மலைகள், நதிகள், மணக்கும் பூக்கள், ஒருபக்கம் கடல், இன்னொருபக்கம் நீர்ச்சுனை, முள் புதர்கள், அவற்றின் நடுவே மான்கள், புலிகள், பறவைகள், சிங்கம், யானை... இவற்றையெல்லாம் பார்த்தபடி அவள் நடக்கிறாள், கண்ணனைத் தேடுகிறாள்:

மிக்க நலமுடைய மரங்கள், பல
விந்தைச் சுவையுடைய கனிகள், எந்தப்
பக்கத்தையும் மறைக்கும் வரைகள், அங்கு
பாடி நகர்ந்து வரு நதிகள்!
நெஞ்சில் கனல் மணக்கும் பூக்கள், எங்கும்
நீளக் கிடக்கு மலைக் கடல்கள், மதி
வஞ்சித்திடும் அகழிச் சுனைகள், முட்கள்

மண்டித் துயர் கொடுக்கும் புதர்கள்!
ஆசை பெற விழிக்கும் மான்கள், உள்ளம்
அஞ்சக் குரல் பழகும் புலிகள், நல்ல
நேசக் கவிதை சொல்லும் பறவை, அங்கு
நீண்டே படுத்திருக்கும் பாம்பு!
தன்னிச்சை கொண்டலையும் சிங்கம், அதன்
சத்தத்தினில் கலங்கும் யானை, அதன்
முன்னின்று ஓடும் இளமான்கள், இவை
முட்டாது அயல்பதுங்கும் தவளை!

நடந்து நடந்து அவளுடைய கால்கள் துவள்கின்றன, மயங்கி விழப்போகிறாள்.

கால், கை சோர்ந்து விழலானேன், இரு
கண்ணும் துயில் படரலானேன், ஒரு
வேல் கைக்கொண்டு கொலை வேடன், உள்ளம்
வெட்கம் கொண்டொழிய விழித்தான்!

சட்டென்று அவள் முன்னே ஒரு வேடன் தோன்றுகிறான். அவள்மேல் காதல்வயப்பட்டு மயக்கத்தில் பிதற்றுகிறான், 'உன்மேல் எனக்கு ஆசை வந்துவிட்டது' என்கிறான், 'உன்னைக் கட்டித் தழுவ விரும்புகிறேன்' என்கிறான், 'பெண்ணே, உனக்கு நான் சாப்பாடு கொண்டுவருகிறேன், இனிமையான தேன், கள் எல்லாம் இருக்கிறது, சாப்பிட்டுக் குடித்து இன்பமாக இருப்போம்!'

'பெண்ணே, உனது அழகைக் கண்டு, மனம்
பித்தம் கொள்ளுது' என்று நகைத்தான், 'அடி
கண்ணே, எனது இருகண் மணியே, உனைக்
கட்டித் தழுவ மனம் கொண்டேன்!'
'சோர்ந்தே படுத்திருக்கலாமோ? நல்ல
துண்டக் கறி சமைத்துத் தின்போம், சுவை
தேர்ந்தே கனிகள் கொண்டுவருவேன், நல்ல
தேன்கள் உண்டு இனிது களிப்போம்!'

அவன் பேச்சைக் கேட்டு அவள் நடுங்குகிறாள். தன்னுடைய காதலன் கண்ணன் இருக்கும்போது, இன்னொருவனை மனத்தாலும் அவள் எண்ண விரும்பவில்லை. 'உன் காலில் விழுகிறேன், என்னை விட்டுவிடு, நான் ஏற்கெனவே திருமணமான பெண்' என்கிறாள்:

என்றே கொடியவிழி வேடன், உயிர்
இற்றுப்போக விழித்து உரைத்தான், தனி
நின்றே இருகரமும் குவித்து அந்த
நீசன் முன்னர் இவை சொல்வேன்:
'அண்ணா, உனது அடியில் வீழ்வேன், எனை
அஞ்சக் கொடுமை சொல்லவேண்டா! பிறன்
கண்ணாலம் செய்துவிட்ட பெண்ணை, உன்தன்
கண்ணால் பார்த்திடவும் தகுமோ?'

அவள் சொல்வதை அவன் கவனிக்கவில்லை. 'எனக்கு அதெல்லாம் தெரியாது, நீதான் எனக்கு வேண்டும்' என்கிறான்:

'ஏடீ, சாத்திரங்கள் வேண்டேன், நினது
இன்பம் வேண்டுமடி கனியே, நின்தன்
மோடி கிறுக்குதடி தலையை, நல்ல
மொந்தைப் பழைய கள்ளைப்போல!'

இதைக் கேட்டு அவள் 'கண்ணா' என்று அலறுகிறாள், மயங்கி விழுகிறாள்:

காதால் இந்த உரை கேட்டேன், 'அட
கண்ணா' என்று அலறி வீழ்ந்தேன், மிகப்
போது ஆகவில்லை இதற்குள்ளே என்தன்
போதம் தெளிய நினைக் கண்டேன்!

அவள் மயக்கம் தெளிந்து எழுந்து உட்கார்கிறாள், எதிரே கண்ணன் இருக்கிறான்.

அந்த வேடன் எங்கே? கண்ணனைக் கண்டு ஓடிவிட்டானா? 'என்னைக் காப்பாற்றிய தெய்வமே, உனக்கு நன்றி' என்கிறாள் அவள்:

'கண்ணா! வேடன் எங்கு போனான்? உனைக்
கண்டே அலறி விழுந்தானோ? மணி
வண்ணா! எனது அபயக் குரலில், எனை
வாழ்விக்க வந்த அருள் வாழி!

உண்மையில், அந்த வேடன் யாரோவா? அல்லது, கண்ணனே அவள் திக்குத் தெரியாமல் திணறியபோது அப்படி வேடம் போட்டு வந்தானா? அது நம் கற்பனைக்கு!

இந்தக் கதையை எங்கோ கேட்டதுபோல் உள்ளதல்லவா?

முருகன்: வள்ளி கதைதான். வேடன் வடிவில் வந்து மானாகிய வள்ளியை வசப்படுத்திக்கொண்டவன் கந்தன்.

சங்கரதாஸ் சுவாமிகள் அந்தக் கதையை மேடை நாடகமாக எழுதியபோது, ஒட்டுமொத்தத் தமிழகமும் அதைக் கேட்டு, பாடி ரசித்தது. பின்னர் பல திரைப்படங்களிலும் பல்வேறு வடிவங்களில் இந்தப் பாடல் புகழ் பெற்றது:

காயாத கானகத்தே, நின்றுலாவும் நற்காரிகையே!
மேயாத மான்,
புள்ளி மேவாத மான்!
மேவும் கானகம் அடைந்து
நறு சந்தனமும் புனுகும்
கமழும் களபங்கள் அணிந்து
சுகந்தம் மிகுந்து...
மேயாத மான்!

மானைப் பெண்ணுக்கு ஒப்பிடுவார்கள். குறிப்பாக, அவளுடைய கண்களுக்கு.

'மான் விழி, அவ
தேன் மொழி, நல்ல
மகிழம்பூவு அதரம்,
பூ நிறம், அவ
பொன்நிறம், அவ
சிரிக்க நெனப்பு சிதறும்'

என்று வர்ணிப்பார் கங்கை அமரன். அவள் சிரித்தால் சில்லறை சிதறும் என்று எல்லாப் பாடல்களிலும் கேட்டிருப்போம். அவள் சிரித்தால், பார்ப்பவர்களின் நினைப்பு சிதறும் என்றது கங்கை அமரனின் கற்பனை.

இன்னொரு காதலன் தன் காதலியை 'மான் விழியே' என்று அழைத்துக் கடிதம் எழுதத் தொடங்குகிறான்:

'அன்புள்ள மான் விழியே,
ஆசையில் ஓர் கடிதம், நான்
எழுதுவது என்ன என்றால், உயிர்க்
காதலில் ஓர் கவிதை!'
இதற்கு அவளுடைய பதில்:
'அன்புள்ள மன்னவனே,
ஆசையில் ஓர் கடிதம், அதைக்
கைகளில் எழுதவில்லை, இரு
கண்களில் எழுதிவந்தேன்!'

மான் விழி அழகுமட்டுமா? கவிதையும் எழுதும். காதலனின் கேள்விகளுக்கு அவள் சொல்லும் பதில்களைப் பாருங்கள்:

'நலம் நலம்தானா முல்லை மலரே?
சுகம் சுகம்தானா முத்துச் சுடரே?'
'நலம் நலம்தானே நீயிருந்தால்,
சுகம் சுகம்தானே நினைவிருந்தால்!'

அவன் இருந்தால் அவள் நலம், அவனுடைய நினைவுகள் இருந்தால் அவள் சுகம். வேறென்ன வேண்டும்?

காதலனின் அடுத்த கேள்வி:

'இளைய கன்னியின் இடை மெலிந்ததோ?
எடுத்த எடுப்பிலே நடை தளர்ந்ததோ?'
'இடை மெலிந்தது இயற்கையல்லவா,
நடை தளர்ந்தது நாணமல்லவா!'

'பெண்கள் என்றால் குண்டாகவா இருப்பார்கள்? விறுவிறுவென்று தெருவில் ஓடுவார்களா? கொடிபோல் மெலிந்துதான் இருப்பார்கள், நாணத்தால் தளர்ந்துதான் நடப்பார்கள்' என்று அவள் அன்றைய நிலைமையைப் பதிலாகச் சொல்ல, அவன் வேண்டுமென்றே, 'ஆனால் நீ வாடியிருக்கிறாயே' என்று கேட்கிறான்.

'வண்ணப் பூங்கொடி வடிவம் கொண்டதோ?
வாடைக் காற்றிலே வாடி நின்றதோ!'

அதற்கு அவள் முத்தாய்ப்பாகப் பதில் சொல்கிறாள், 'நான் வாடியிருப்பது உண்மைதான், ஆனால், என்னை வாடவைத்தவன் நீயல்லவா?' என்கிறாள், 'இந்தக் கொடி வாடாமல் என்றும் பசுமையாக இருக்கவேண்டுமென்றால், நாம் ஒன்றுகூடவேண்டும், பிரியாமல் வாழவேண்டும்!' என்று அழுத்தமாக அவனுக்கு உணர்த்திவிடுகிறாள்:

'வண்ணப் பூங்கொடி பெண்மையல்லவா,
வாடவைத்ததும் உண்மையல்லவா!'

இந்தப் பாடலை எழுதியவர் வாலி. இன்னொரு பாடலில் அவரே இப்படி எழுதுவார்:

எத்தனையோ நினைத்திருக்கும் நெஞ்சம்,
ஏட்டளவில் சொன்னதெல்லாம் கொஞ்சம்!

இது கடிதத்துக்குமட்டுமா? காதலுக்கும் பொருந்தும்!

5

திரைப்படங்களில் மாட்டுவண்டியை ஓட்டிக்கொண்டே கதாநாயகன் பாடும் பாடல்கள் நிறைய உண்டு.

கதாநாயகிகள் அப்படிப் பாடும் வழக்கம் இருக்கிறதா?

கண்ணதாசன் ஒரு பாடல் எழுதியிருக்கிறார். அதற்குள் சுவையான கதை ஒன்றையும் வைத்திருக்கிறார்.

காளை மாடுகளைப் பூட்டிய வண்டியை அவள் ஓட்டுகிறாள். அவற்றை விரைவாகச் செல்லும்படி சொல்கிறாள், 'இரவுக்குள் வீடு செல்லவேண்டும்' என்கிறாள்.

> 'ஜல்ஜல்ஜல்லெனும் சலங்கையொலி,
> சலசலசலவெனச் சாலையிலே
> செல்செல்செல்லுங்கள் காளைகளே,
> சேர்ந்திட வேணும் இரவுக்குள்ளே...'

என்ன அவசரம்? ஏன் இரவுக்குள் ஊருக்குச் செல்லவேண்டும் என்கிறாள் அவள்?

தன் காதலனைச் சந்திக்கதான்.

யார் அந்தக் காதலன்?

அவன் பெரிய திருடன்.

திருடனையா காதலிக்கிறாள்?

ஆமாம். காரணம், இவளும் திருடிதானே?

திருட்டுப்பயலுக்கும் திருட்டுப்பெண்ணுக்கும் இடையே ஒரு காதலா?

அவள் காட்டில் சென்றுகொண்டிருந்தபோது, எதிரில் அவன் வந்தான். 'கையில் உள்ளதையெல்லாம் கொடு' என்று அதட்டினான்.

'என் கையில் எதுவுமே இல்லையே' என்கிறாள் அவள், 'அதற்குப் பதிலாகக் கண்ணில் உள்ளதைத் தரட்டுமா?'

அப்படி என்ன இருக்கிறது அவள் கண்ணில் என்று அலட்சியமாகப் பார்க்கிறான் அவன். அங்கே தெரியும் அன்பைக் கண்டு சிக்கிக்கொள்கிறான்.

காட்டினில் ஒருவன் எனைக் கண்டான்,
கையில் உள்ளதைக் கொடு என்றான்,
கையில் எதுவும் இல்லையென்று
கண்ணில் இருந்ததைக் கொடுத்துவிட்டேன்!

அவனே பெரிய திருடன். ஆனால், அவனிடம் இவள் திருடிவிட்டாள், அவனுடைய மனத்தை.

ஆனால், இவளுக்குத் திருட்டுத் தொழில் புதிது அல்லவா? அவன் மனத்தை முழுமையாகத் திருடவில்லை.

அவன்தான் திருடன் என்றிருந்தேன்,
அவனை நானும் திருடிவிட்டேன்,
முதல்முதல் திருடும் காரணத்தால்
முழுசாய்த் திருட மறந்துவிட்டேன்!

திருடியவள், அடுத்த விநாடி காவலாளி ஆகிறாள், 'அவனைக் கைது செய்யப்போகிறேன். சிறையில் அடைக்கப்போகிறேன்' என்கிறாள்.

ஏன்? அவன் என்ன குற்றம் செய்தான்?

அதையெல்லாம் சொல்ல இயலாது. கைது செய்யப்போகிறேன். அவ்வளவுதான்.

விடுதலை எப்போது? அதையாவது சொல்வீர்களா?

'என்னுடைய மனச்சிறையில் அவன் வந்தபிறகு, விடுதலையே கிடையாது, நிரந்தரமாக அவன் இங்கேயே இருக்கவேண்டியதுதான்' என்கிறாள் அவள்:

இன்றே அவனைக் கைது செய்வேன்,
என்றும் சிறையில் வைத்திருப்பேன்,
விளக்கம் சொல்லவும் முடியாது,
விடுதலை என்பது கிடையாது!

இன்னொரு பாடலில், வாலியின் வரிகளில் வரும் ஒரு காதலி. அவளும் இப்படிதான் ஒருவனைச் சந்திக்கிறாள், காட்டில் அல்ல, மாந்தோப்பில்.

அங்கே வந்தவன், 'மாம்பழம் வேண்டும்' என்கிறான். அவள் பறித்துத் தருகிறாள்.

'இது வேண்டாம்' என்கிறான் அவன்.

'நீதானே மாம்பழம் கேட்டாய்?'

'ஆமாம், ஆனால் நான் கேட்ட மாம்பழம் இதுவல்ல' என்று குறும்பாகச் சிரிக்கிறான் அவன், 'இதோ, இந்த அழகுக் கன்னங்களைத்தான் கேட்டேன்!'

'ச்சே, மோசமான ஆள்' என்கிறீர்களா? அவன் தரப்பு வாதத்தையும் கேளுங்கள்.

அவன் தண்ணீர்ப்பந்தலில் நின்றிருந்தானாம், அவள் தாகம் என்று சொல்லிக்கொண்டு வந்தாளாம். இவன் ஒரு தம்ளரில் தண்ணீர் எடுத்துக் கொடுத்தானாம். அவள் வாங்கவில்லையாம்.

ஏன்? தாகம் இல்லையா?

தாகம் இப்போது அவன்மீது மோகமாகிவிட்டதாம்!

> நான் மாந்தோப்பில் நின்றிருந்தேன், அவன்
> மாம்பழம் வேண்டுமென்றான், அதைக்
> கொடுத்தாலும் வாங்கவில்லை, அந்தக்
> கன்னம் வேண்டுமென்றான்!
> நான் தண்ணீர்ப்பந்தலில் நின்றிருந்தேன், அவள்
> தாகம் என்றுசொன்னாள், நான்
> தன்னந்தனியே நின்றிருந்தேன், அவள்
> மோகம் என்றுசொன்னாள்!

இப்படி ஒரு பெண் தன் காதலை வெளிப்படையாகச் சொல்லலாமா?

இந்த விஷயத்தில் ஆண், பெண் வித்தியாசம் என்ன? உணர்வுகள் இருபாலருக்கும் பொதுதானே? மனத்தில் உள்ளதை உரிமையுள்ளவர்களிடம் வார்த்தையில் சொன்னால் என்ன பிழை?

நக்கண்ணையார் என்ற பெண், அகநானூற்றுப் பாடலொன்றில் இன்னொரு பெண்ணின் உணர்வுகளைச் சொல்கிறார்.

அவளைப் பார்க்கக் காதலன் வந்திருக்கிறான். வெளியே நிற்கிறான். அவன் காதில் விழுவதுபோல் காதலி தன் தோழியிடம் கேட்கிறார். 'இன்னிக்கு அவன் வருவானா?'

'வருவான்' என்கிறாள் தோழி.

'அவன் வர்ற வழி எப்படிப்பட்டது தெரியுமா? அங்கே கொடுமையான புலி இருக்கு, அது ஒரு யானையைக் கொல்லணும்ன்னு திட்டம் போட்டுக் காத்திருக்கு.'

'அந்த நேரத்துல, ஓர் ஆளி அங்கே வந்து, புலி கொல்ல நினைச்ச யானையின்மீது பாய்ந்து அதை அடிச்சு வீழ்த்துது.'

'இப்படிப்பட்ட கொடுமையான மிருகங்கள் நிறைஞ்ச வழியில, ராத்திரி நேரத்துல வரலாமா? அவனுக்கு ஏதாவது ஆகிடாதா?'

காதலி இப்படிக் கேட்க, தோழி சமாதானம் சொல்கிறாள், 'அவன் தைரியமான ஆள், உன்மேல இருக்கிற காதலுக்காக எவ்வளவு தூரமும் தாண்டி வருவான், எத்தனை கஷ்டமான பாதையிலயும் வருவான்.'

'அவனுக்குப் பயம் இல்லை, அவனை நினைச்சு எனக்குத் தூக்கம் இல்லை' என்கிறாள் காதலி, 'என்னோட காதல் ஒரு நோய்மாதிரி என்னை வாட்டுது, நான் எப்படிப் பொறுத்துக்கிட்டிருப்பேன்?'

'அப்படியே அவன் வந்தாலும், அவனை ஓடிப் போய்ப் பார்க்கறது சாத்தியமா? இங்கே காவலுக்கு அம்மா இருக்காங்களே!'

காதலிக்குதான் காதலால் தூக்கம் இல்லை. அவள் தாயுமா தூங்கவில்லை?

ஆமாம். வயசுப்பெண்ணின் பெற்றோருக்கு உறக்கம் வருமா? மழை பெய்கிற ராத்திரி நேரத்தில், பெருகிவரும் தண்ணீர் குளத்தின் கரையை உடைத்துவிடுமோ என்று ஒரு காவல்காரர் கவனமாகப் பார்த்துக்கொண்டிருப்பதைப்போல, அவளுடைய தாய் உறங்காமல் மகளுக்குக் காவலாக இருக்கிறாராம்.

'உள்ளுக்குள்ளே என்னோட காதல் என்னை வருத்துது, அவன் ஆபத்தான பாதையில வர்றானேன்னு இன்னொருபக்கம் பயம், அவனைப் பார்க்கக்கூடாதுன்னு அம்மாவோட கட்டுப்பாடு, இதையெல்லாம் எப்படித் தாங்கிக்கறது? நீயே சொல்லு!' என்று தோழியிடம் நியாயம் கேட்கிறாள் அவள். அதாவது, வெளியே இருக்கும் காதலனிடம் தன் நிலையைச் சொல்லி, முறைப்படி திருமணத்துக்கு ஏற்பாடு செய்யக் கேட்கிறாள்.

> இடம்படுபு அறியா வலம்படு வேட்டத்து
> வாள்வரி நடுங்கப் புகல்வந்து, ஆளி

உயர்நுதல் யானைப் புகர்முகத்து ஒற்றி
வெண்கோடு புய்க்கும் தண்கமழ் சோலைப்
பெருவரை அடுக்கத்து ஒருவேல் ஏந்தித்
தனியன் வருதல் அவனும் அஞ்சான்;
பனிவார் கண்ணேன் ஆகி, நோய்அட
எமியேன் இருத்தலை யானும் ஆற்றேன்,
யாங்குச் செய்வாம்கொல் தோழி? ஈங்கைத்
துய்அவிழ் பனிமலர் உதிர வீசித்
தொழில்மழை பொழிந்த பானாள் கங்குல்
எறிதிரைத் திவலை தூஉம் சிறுகோட்டுப்
பெருங்குளம் காவலன்போல
அருங்கடி அன்னையும் துயில்மறந்தனளே!

ஆக, அந்த இரவில் அவன் தூங்கவில்லை, அவன் பார்க்க வந்த அவள் தூங்கவில்லை, ஆனால் அவர்கள் சந்தித்து மகிழ இயலாதபடி அவளுடைய தாயும் தூங்கவில்லை.

'பகலும் உறங்கிடும் ராத்திரி' என்று ஒரு பாடலில் எழுதுவார் புலமைப்பித்தன். பகலே உறங்கிவிடும் ராத்திரியில்கூட, காதல்வயப்பட்டவர்களுக்கும், அவர்களைக் காவல் காக்கிறவர்களுக்கும் தூக்கமில்லை!

ராத்திரியில் உறங்காத ஒன்று, நிலவு. அதைப் பார்த்துப் பழனிபாரதி கேட்கிறார்:

'இரவில் விழித்திருந்து, நீதான் கற்றதென்ன பாடங்களோ?'

'நிலாவே, ராத்திரியில் தூங்காமல் விழித்திருந்து என்ன கற்றுக்கொண்டாய்?' என்று கேட்கிற கவிஞருக்கு, இன்னொரு சுவாரஸ்யமான சந்தேகமும் வருகிறது. 'காதலால் நான் தூங்கவில்லை, நீயும் தூங்கவில்லை. ஒருவேளை, நீயும் காதல்வயப்பட்டிருக்கிறாயோ?'

'எதனாலே வெண்ணிலவே, அவள்போல் நீயும் இளைத்தாயோ!

உன்மனதை, உன்மனதை எனைப்போல் எவருக்கும் கொடுத்தாயோ!'

ரசமான கற்பனை! நிலாவை மையமாக வைத்து எழுதப்பட்டிருக்கும் காதல் பாட்டுகள்தான் எத்தனை! துணையோடு கூடி மகிழும்போதும் நிலாதான் துணை, பிரிந்து துயரத்தில் இருக்கும்போதும் நிலாதான் துணை, 'அவன்(ள்) மறுபடி வருவான்(ள்), நீங்கள் மகிழ்ச்சியாக வாழ்வீர்கள்' என்று உறுதி சொல்வதும் நிலாதான்.

அதேசமயம், 'நிலாவே, நீ காதலர்களுக்கு உதவி செய்வதில்லை' என்று குற்றம் சாட்டுபவர்களும் உண்டு.

காதலன் காதலியைக் காண வருகிறான். காட்டில் கடினமான பாதையைக் கடந்து வருகிறான்.

வரும் வழியில் ஒரு பாறை. அதன்மீது வேங்கை மலர்கள் உதிர்ந்து கிடக்கின்றன.

தூரத்திலிருந்து பார்க்கும்போது, மங்கலான நிலா வெளிச்சத்தில் அந்தப் பாறை ஒரு புலியைப்போலத் தோன்றுகிறது. காதலன் குழம்புகிறான்.

இதை உணர்ந்த காதலியின் தோழி சொல்கிறாள், 'நிலவே, நீ காதலர்களுக்கு நல்லது செய்வதில்லை. அவன் வரும் வழியில் பளிச்சென்று வெளிச்சத்தைக் காட்டாமல் இப்படிக் குழப்பம் ஏற்படுத்தினால் என்ன அர்த்தம்?'

நிலவு கேட்கிறது, 'சரி, இனிமேல் நான் ஆயிரம் வாட்ஸ் விளக்குபோல் பிரகாசமாக எரியட்டுமா?'

'வேண்டாம்' என்கிறாள் தோழி, 'நீ அப்படிப் பிரகாசமாக எரிந்தால், அவன் வருவதை ஊர் மக்கள் பார்த்துவிடுவார்கள். அவன் ரகசியமாக வந்து என் தோழியைச் சந்திக்க இயலாது, உன் வெளிச்சம் அவனைக் காட்டிக்கொடுத்துவிடும்!'

இதைச் சொல்லிவிட்டு, தோழி மீண்டும் அலுத்துக்கொள்கிறாள், 'நிலவே, நீ காதலர்களுக்குத் தோழன் இல்லை!'

இந்தக் குறுந்தொகைப் பாடலை எழுதியவர் பெயர்

தெரியவில்லை. ஆகவே, 'நெடுவெண்ணிலவினார்' என்றே அவருக்குப் பெயர் சூட்டிவிட்டார்கள்:

கருங்கால் வேங்கை வீஉகு துறுகல்
இரும்புலிக் குருளையின் தோன்றும் காட்டிடை
எல்லி வருநர் களவிற்கு
நல்லை அல்ல, நெடுவெண்ணிலவே!

'நிலவு மட்டுமல்ல, எல்லாப் பொழுதுகளும் எனக்கு நீதான்' என்று ஒரு காதலன் சொல்கிறான். உவமைக்கவிஞர் சுரதாவின் கவிதையில்.

காலை எழுந்தவுடன் அவன் இப்படிப் பாடுகிறான்:

'நீலக் கிழக்கு சுடராச்சு, வயலில்
நிற்கும் கதிர்கள் முற்றிப்போச்சு!'

அவன் காதலி சொல்கிறாள்:

'ஆகையினால் நீங்க,
அறுவடைக்குப் போங்க,
அதற்கு அரிவாள் இந்தாங்க!'

அவன் கிளம்பி வயலுக்கு வருகிறான். வேலை செய்கிறான். பகல் நேரமாகிவிட்டது. மர நிழலில் ஒதுங்க வழியில்லை. அவளை நினைத்துப் பாடுகிறான்:

'நெருப்பு வெயில் வந்தாச்சு, பனைமர
நிழலை நம்பி வீணாச்சு!'

அங்கேயும் அவன் காதலி வருகிறாள். முந்தானையால் குடை விரிக்கிறாள்:

'அந்தத் துயர் நீங்க,
வந்த வெயில் தாங்க,
முந்தானைக் குடை இந்தாங்க!'

வெயிலுக்குமட்டுமா? மழைக்கும் குடை வேண்டுமே!

அங்கேயும் காதலியின் முந்தானைதான் குடையாகும். புலமைப்பித்தன் எழுதிய திரைப்பாடல் வரிகள் இவை:

> 'மழை வருது, மழை வருது,
> குடை கொண்டு வா,
> மானே உன் மாராப்பிலே!'

இப்படிக் காதலன் கேட்க, அவள் சொல்லும் பதில் இந்தக் கவிதையை இன்னொரு தளத்துக்குக் கொண்டுசெல்கிறது:

> 'வெயில் வருது, வெயில் வருது,
> நிழல் கொண்டு வா,
> மன்னா உன் பேரன்பிலே!'

அவன் அவளுடைய முந்தானையைக் கேட்கிறான், அவளோ அவனுடைய அன்பைக் கேட்கிறாள். 'எந்தப் பெருவெயிலிலும் உன் அன்புதான் எனக்கு நிழல்' என்கிறாள்.

சுரதா காட்டும் காதலியும் முந்தானையால் காதலனுக்குக் குடை விரித்துவிட்டு, அவனுடைய அன்பு நிழலில் நின்றிருப்பாள்.

அவன் தொடர்ந்து வேலை செய்கிறான். மாலை நேரம் வந்துவிட்டது. இப்படிப் பாடுகிறான்:

> 'மேற்குவானம் ரத்தமாச்சு, உன்னால்
> மலர்ந்த உதடு வெள்ளையாச்சு!'
> உதடு வெள்ளையாகிறதா? அதென்ன விஷயம்?
> கலிங்கத்துப்பரணியில் வரும் வரிகள் இவை:
> 'வாயில் சிவப்பை விழி வாங்க,
> மலர்க்கண் வெளுப்பை வாய் வாங்கத்
> தோயக் கலவி அமுதளிப்பீர்!'

பொதுவாகப் பெண்களின் உதடு சிவந்திருக்கும், லிப்ஸ்டிக் போடாமலே.

அதேநேரம், அவர்களுடைய கண்கள் வெளுத்திருக்கும். உதட்டுக்குச் சிவப்பும் கண்ணுக்கு வெளுப்பும்தான் இயல்பான நிறங்கள்.

ஆனால், கலவி விளையாட்டில் ஈடுபடும்போதுமட்டும் இது தலைகீழாகிவிடும். கண்கள் சிவந்துபோகும், உதடு வெளுத்துப்போகும். அது ஏன் என்பதை நீங்களே ஊகித்து ரசிக்கலாம்!

இப்படிதான் ஒரு காதலி, தன்னுடைய காதலனுடன் இன்ப விளையாட்டில் ஈடுபட்டு வீடு திரும்பினாள். அவளுடைய கண்கள் சிவந்திருந்தன.

அதைப் பார்த்த தாய் அதிர்ச்சியடைந்தார். விசாரித்தார். 'என்ன ஆச்சு? ஏன் உன் கண்கள் சிவந்திருக்கு?'

காதலி எதையாவது சொல்லுமுன் தோழி முன்னே வருகிறாள், 'அம்மா, கோபப்படாதீங்க, உங்க மகள்மேல சந்தேகப்படாதீங்க' என்கிறாள்.

'அப்படீன்னா, அவ கண் ஏன் சிவந்திருக்கு?'

'நாங்க ரெண்டு பேரும் காட்டாற்றுல, அருவியில ரொம்ப நேரம் குளிச்சோம். அதனாலதான் அவ கண் சிவந்திருக்கு' என்று சமாளிக்கிறாள் தோழி.

இந்த விஷயத்தைப் பின்னர் அவள் காதலன் கேட்கும்படி சொல்கிறாள் தோழி. 'தாய்க்குச் சந்தேகம் வந்துவிட்டது. சீக்கிரம் திருமண ஏற்பாடுகளைக் கவனி!' என்று வலியுறுத்துகிறாள்.

'ஐந்திணை எழுபது' என்ற நூலில் மூவாதியர் எழுதிய பாடல் இது:

காய்ந்தீயல் அன்னை! இவளோ தவறிலள்!
ஓங்கிய செந்நீர் இழிதரும் கான்யாற்றுள்
தேங்கலந்து வந்த அருவி குடைந்தாடத்
தாம்சிவப்புற்றன கண்

அங்கே காட்டுக்குள் நடந்த காதல் நாடகம், இங்கே வயலில் நடந்திருக்கிறது. கண்கள் சிவந்து, உதடுகள் வெளுத்திருக்கின்றன. அதைதான் 'மலர்ந்த உதடு வெள்ளையாச்சு' என்கிறான்

காதலன் அதற்கு அவனுடைய காதலி சொல்லும் பதில்:

'வாசனையும் ஓங்க
சிவப்பு நிறம் தேங்க
வெற்றிலை பாக்கு இந்தாங்க!'

அவள் தந்த வெற்றிலை பாக்கை மென்றபடி வீடு வருகிறான். வானத்தில் நிலவு. அதைப் பார்த்து, அவளிடம் பாடுகிறான்:

'நிலவு பிரசவமாச்சு, உன்னால்
நித்திரை சிதறிப்போச்சு!'
அவள் முத்தாய்ப்பாக இந்த வரிகளைச் சொல்கிறாள்:
'மன்னவரே நீங்க,
மயக்கத்தோடு தூங்க,
எச்சில் முத்தம் இந்தாங்க!'
முத்தத்தை எச்சிலுடன் ஒப்பிடுவது சரியா?
பாலொடு தேன்கலந்தற்றே பணிமொழி
வால் எயிறு ஊறிய நீர்

என்று திருவள்ளுவர் எழுதினார். 'வால்' என்றால் தூய்மையான, 'எயிறு' என்றால் பல். தூய்மையான பற்களினிடையே ஊறிய நீர், தூய்மையானதாகத்தானே இருக்கும்? அது பாலும் தேனும் கலந்ததற்குச் சமம்!

காதலன் காதலியை நெருங்கி முத்தமிட வருகிறான். அவள் மறுக்கிறாள், 'சத்தம் கேட்கும், மற்றவர்களுக்குத் தெரிந்துவிடும்' என்கிறாள்.

இதனால், காதலன் சலித்துக்கொள்கிறான், 'இந்த முத்தத்தின்போது சத்தம் ஏன் வருகிறதோ, பூக்கள் பூக்கும்போது சத்தமா கேட்கிறது? அதுபோல இந்த முத்தமும் இருக்கக்கூடாதா!'

வைரமுத்துவின் வரிகள் இவை:

'முத்தம் போடும் வேளையில்
சத்தம் ரொம்பத் தொல்லை,

பூக்கள் பூக்கும் ஓசைகள்
காதில் கேட்பதில்லை!'

வாலி இதை இன்னும் சற்று நுணுக்கமாக வர்ணிக்கிறார் இன்னொரு திரைப்பாடலில்:

'முத்தம்மா, முத்தம் சிந்து, பனி
முத்துப்போல் நித்தம் வந்து.'

பனித்துளி ஒன்று ஒரு புல்மீது வந்து அமர்வதுபோல் முத்தத்தைச் சிந்தவேண்டுமாம். மென்மையாக, சத்தமில்லாமல்.

இதற்கு எதிராக, வன்முறை முத்தங்களும் உண்டு. நா. முத்துக்குமார் எழுதிய வரிகள் இவை:

'ராத்திரியின் சொந்தக்காரா,
ரகசியப்போர் வித்தைக்காரா,
முத்தத்தால் வன்முறை செய்வாயா?'

முத்துலிங்கம் இவற்றுக்கு நடுவே நின்று, முத்தத்தை ஒரு கதையாக வர்ணிக்கிறார்:

'இதழில் கதை எழுதும் நேரமிது,
இன்பங்கள் அழைக்குது, வா!'

மென்முத்தம், வன்முத்தம், சத்த முத்தம், ம்யூட் முத்தம், கதையெழுதும் முத்தம், ஓவியம் வரையும் முத்தம், எச்சில் முத்தம், தூய்மை முத்தம்... நான்கு உதடுகளுக்குள் நடக்கும் நாடகத்தில் எத்தனை வகைகள்!

6

அவன் வேலைக்குச் சென்றிருந்தான்.

என்ன வேலை?

சண்டை போடும் வேலை.

அன்றைய அரசன் ஒருவனுடைய படையில் இவன் கலந்து போரிடச் சென்றிருந்தான். அதற்காகத் தன் காதலியைப் பிரிந்து வந்திருந்தான்.

சண்டை பலமாக நடந்தது. அதில் எதிரிகள் அடிவாங்கி ஓடினார்கள். இவனுடைய படைக்கு வெற்றி.

அப்புறமென்ன? ஊருக்குத் திரும்பவேண்டியதுதானே? காதலியைச் சந்திக்கவேண்டியதுதானே?

அதை இவன் தீர்மானிக்க இயலாதே. போர் என்று அழைத்துவந்த அரசன்தானே ஊருக்குத் திரும்பும் நாளைச் சொல்லவேண்டும்!

அந்த அரசனோ போர் மயக்கத்தில் இருக்கிறான். 'இது போதாது, இன்னும் போர் வேண்டும்' என்கிறான். மேலும் மேலும் நாடுகளைப் பிடிக்கும் ஆசையில் இருக்கிறான்.

இதனால், அவனுடைய படையில் உள்ள வீரர்கள் வருந்துகிறார்கள். தங்கள் மனத்துக்குப் பிடித்தவர்களை என்றைக்குச் சந்திப்போமோ என்று ஏங்குகிறார்கள்.

இந்த நேரத்தில் மழைக்காலம் வந்துவிட்டது. இது அந்த இளைஞர்களை மேலும் பதற்றப்படுத்துகிறது.

காரணம், அவர்கள் அங்கிருந்து கிளம்பும்போது 'மழைக்காலத்தில் திரும்பி வந்துவிடுவேன்' என்று சொல்லிவிட்டு வந்திருந்தார்கள். இப்போது, மழைக்காலம் தொடங்கிவிட்டது. அங்கே காத்திருக்கும் காதலி என்ன நினைப்பாளோ! இத்தனை நாளாகக் காதலன் வந்துவிடுவான் என்று காத்திருந்தவள் இப்போது எப்படி வருந்துவாளோ!

இப்படி நினைத்த ஒரு காதலன் தன் நெஞ்சோடு பேசுகிறான்:

'நெஞ்சே,

முன்பு, வெயில் தன் கைகளை நீட்டி ஊரில் இருக்கிற தண்ணீரையெல்லாம் குடித்தது. இதனால், நிலம் வறண்டு, பிளந்து கிடந்தது.

இப்போது, மழைப்பருவம். ஆங்காங்கே மழை பொழிந்து நிலம் அழகாகிவிட்டது. முல்லையும் செங்காந்தளும் இன்னும் பல மலர்களும் ஒன்றாக மலர்கின்றன.

இதனால், எங்கே பார்த்தாலும் பூக்களின் மணம் கமழ்கிறது. அதனால் மகிழ்ந்த வண்டுகள் எங்கும் பாடிக்கொண்டு திரிகின்றன. மலர்கள் அவற்றுக்கு உணவு தருகின்றன.

நம்முடைய அரசன், பெரிய வீரன். அவனுடைய படையில் வீரம் நிறைந்த யானைகள் உண்டு. அவை எதிரி நாட்டு மன்னர்களுடைய மதில் சுவரில் உள்ள கதவுகளைக் குத்தி உடைக்கும். அதனால், அவற்றின் தந்தங்களில் போட்டிருக்கிற பூண்கள் சிதைந்துபோகும்.

கட்டுத்தறியைப் பார்த்தால், அந்த யானைகள் அதைக்

காலாலேயே முறித்துவிடும். அப்படிப்பட்ட கர்வமும் சிறப்பும் கொண்ட யானைகள் அவை.

நம் அரசனும் அப்படிதான். எத்தனை போர்களில் வென்றாலும், இன்னும் போர் செய்யும் ஆசை அவனுக்கு உண்டு. நாமும் அதைதான் விரும்புகிறோம்.

ஆனால் இப்போது, அரசனுக்குப் போர் ஆசை வேண்டாமே என்று தோன்றுகிறது. அவன் போரை நிறுத்திவிட்டு ஊர் திரும்பினால் நன்றாக இருக்குமே என்று நாம் நினைக்கிறோம்.

காரணம், இது மழைக்காலம். ஊரிலிருந்து போருக்காகப் புறப்பட்டபோது, மழை பெய்யத் தொடங்கும்போது வந்துவிடுவதாக நம் காதலியிடம் சொல்லிவிட்டு வந்திருக்கிறோம்.

ஆகவே, அவள் மழைக்காகக் காத்திருப்பாள். மழை வந்ததும், நாம் வருகிறோமா என்று பார்ப்பாள். வரவில்லை என்றதும் ஏமாந்துபோவாள். ‘அவன் வருவதாகச் சொன்ன நேரம் வந்துவிட்டது, ஆனால் அவன் இன்னும் வரவில்லையே, அவனுக்கு என்ன ஆயிற்றோ’ என்று எண்ணி ஏங்குவாள். அவளுடைய கண்களில் கண்ணீர் பிறக்கும்.

அந்த அழகியின் கண்களில் கண்ணீர் வரலாமா? போரை நிறுத்திவிட்டு நாம் கிளம்பிச் சென்றால், அவள் துன்பத்தை மறந்து பழையபடி அழகியாகிவிடுவாளே!’

அகநானூறில் மதுரை தமிழ்க்கூத்தன் நாகன்றேவனார் எழுதிய பாடல் இது:

‘கதிர் கையாக வாங்கி ஞாயிறு
பைதுஅறத் தெறுதலிற் பயம்கரந்து மாறி
விடுவாய்ப்பட்ட வியன்கண் மாநிலம்
காடுகவின் எதிரக் கனைபெயல் பொழிதலில்
பொறிவரி இனவண்டு ஆர்ப்பப் பலவுடன்
நறுவீ முல்லையொடு தோன்றி தோன்ற
வெறியேன்றன்றே வீகமழ் கானம்

'எவன்கொல் மற்றுஅவர் நிலை!' என மயங்கி
இகுபனி உறைக்கும் கண்ணொடு இனைபுஆங்கு
இன்னாது உறைவி தொல்நலம் பெறூஉம்
இது நற்காலம், கண்டிசின் பகைவர்
மதில்முகம் முருக்கிய தொடிசிதை மருப்பில்
கந்துகால் ஒசிக்கும் யானை
வெஞ்சின வேந்தன் வினைவிடப் பெறினே!'

போருக்காகச் செல்கிறவர்கள் இப்படி அரசன் முகம் பார்த்துக் காத்திருக்கிறார்கள். பணம் சம்பாதிக்கச் செல்கிறவர்கள்?

அவர்கள் எந்த அரசனையும் எதிர்பார்க்கவேண்டியதில்லையே. வேலையைச் செய்துவிட்டுச் சட்டென்று ஊருக்குத் திரும்பிவிடலாமே!

அட, அதெல்லாம் எதற்கு? ஊரிலேயே இருந்துவிடலாமே! காதலியோடு இருப்பதுதானே முக்கியம்!

அது உண்மைதான். ஆனால், கையில் பணம் இருந்தால்தானே மற்றவர்கள் கொஞ்சமாவது மதிப்பார்கள்? அதனால்தான் காதலர்கள் தயங்குகிறார்கள்.

அவர்களுடைய ஒரு மனம், காதலியைப் பிரிந்து சென்று பணம் சேர்க்கச்சொல்கிறது. 'அப்பதான் அந்தப் பணத்தை வெச்சு நீ பெரிய ஆளாகலாம், அவ வீட்ல உரிமையோட கேட்டு அவளைக் கல்யாணம் செஞ்சுக்கலாம்' என்கிறது.

இன்னொரு மனம், 'பொருளா முக்கியம்? அவளோட இங்கயே இருந்துடலாமே' என்கிறது. இந்த இரண்டையும் யோசித்து அவர்கள் ஒரு தீர்மானத்துக்கு வருகிறார்கள், 'இப்போதைக்கு அவளைப் பிரிஞ்சு போறதுதான் புத்திசாலித்தனம். அவளுக்காகத்தானே போறேன்!'

இதை அவள் ஏற்கவேண்டுமே!

காதலி எக்காரணம் கொண்டும் காதலனைப் பிரிய

விரும்புவதில்லை. 'நீ இங்கேயே இருந்துடு' என்றுதான் சொல்கிறாள்.

காதலனுக்கும் அவளிடம் நேருக்கு நேர் விஷயத்தைச் சொல்ல மனம் இல்லை. ஆகவே, தோழியை அழைக்கிறான், 'என் சார்பா நீ கொஞ்சம் அவகிட்ட பேசறியா?' என்று கேட்கிறான்.

'முயற்சி செய்யறேன்' என்கிறாள் தோழி. காதலியிடம் சென்று பேசுகிறாள்.

பிறகு, காதலன் ஆவலுடன் கேட்கிறான், 'என்னாச்சு? விஷயத்தைச் சொன்னியா?'

'அவளுக்கு ஏற்கெனவே நீ ஊருக்குப்போற விஷயம் தெரிஞ்சிருக்கு' என்கிறாள் தோழி.

'அப்படியா? யார் சொன்னாங்க?'

'அது தெரியலை. ஆனா, அவ ரொம்ப வருத்தத்துல இருக்கா?'

'அப்படியா!'

'ஆமா, இனிமே நீ அவளை விட்டுட்டுக் கிளம்பறதைப்பத்தி யோசிக்காதே' என்கிறாள் தோழி. 'அவ கூந்தலைப் பாரு, வண்டுகள் வந்து தேன் குடிக்கிறமாதிரி மலர்கள் நிறைஞ்ச தலைமுடி, மாந்தளிர்மாதிரி மேனி, தேர்ந்தெடுத்து அணிஞ்ச நகைங்க, குவளை மலர்மாதிரி கண்கள்... ஆனா, அதுலேர்ந்து இப்ப கண்ணீர்த்துளிகள்தான் விழுந்து அவ மார்பை நனைச்சுக் கிட்டிருக்கு.'

'அது புரியுது. நானும்தானே அவளைப் பிரிஞ்சு வருத்தப்படுவேன், எல்லாம் எங்க நல்லதுக்காகத்தானே!'

'நீ போற பாலை நிலம் சாதாரணமானதா? அங்கே ஆறலைக் கள்வர்கள் இருப்பாங்களாமே! மூங்கில்ல செஞ்ச அம்புகளை வில்லுல வெச்சுத் தாக்கிப் போறவங்க வர்றவங்களையெல்லாம் தாக்குவாங்களாமே!'

'பணம் வேணும்ன்னா கொஞ்சம் கஷ்டப்படத்தான் வேணும்!'

'இதுவா கொஞ்சம் கஷ்டம்? இத்தனை பயமுறுத்தற ஒரு நிலத்தைத் தாண்டிப்போய் வெறும் பணத்தைச் சம்பாதிக்கப்போறியா? அல்லது, இங்கேயே இருந்து இவளோட அன்பை அனுபவிக்கப்போறியா? நீயே தீர்மானிச்சுக்கோ!'

மதுரைப் புல்லங்கண்ணனார் எழுதிய இந்த அழகான பாடல், அகநானூறில் உள்ளது:

'வினைவயின் பிரிதல் யாவது வணர்சுரி
வடியாப் பித்தை வன்கண் ஆடவர்
அடியமை பகழி ஆர வாங்கி
வம்பலர்ச் செகுத்த அஞ்சுவரு கவலைப்
படுமுடை நசைஇப் வாழ்க்கைச் செஞ்செவி
எருவைச் சேவல் ஈண்டு கிளை பயிரும்
வெருவரு கானம் நீந்திப் பொருள்புரிந்து
இறப்ப எண்ணினிர் என்பது சிறப்பக்
கேட்டனள்கொல்லோ தானே தோட்டுஆழ்பு
சுரும்புண ஒலிவரும் இரும்பல் கூந்தல்
அம்மா மேனி ஆயிழைக் குறுமகள்
சுணங்குசூழ் ஆகத்து அணங்கென உருத்த
நல்வரல் இளமுலை நனையப்
பல்லிதழ் உண்கண் பரந்தன பனியே!'

பணத்தின்பின்னே செல்வதா, அல்லது அன்பைப் பார்ப்பதா என்கிற குழப்பம் எல்லாத் தலைமுறைகளிலும் உண்டு. தினசரி வாழ்க்கைக்குப் பணம் தேவை, அதேசமயம் அன்பான மனிதர்கள் இல்லாதபோது அந்தப் பணத்தால் என்ன நிம்மதி கிடைத்துவிடும்... இவற்றில் எது முக்கியம் என்று எப்படித் தீர்மானிப்பது?

ஒரு நாட்டுப்புறக் காதல் ஜோடி. அவர்களுக்கும் இதே பிரச்னைதான். காதலன் சம்பாதிப்பதற்காக வெளியூர் செல்ல நினைக்கிறான். அதை அவளிடம் எப்படிக் கேட்பது என்று தெரியாமல் தவிக்கிறான்.

இதைப் புரிந்துகொண்ட அவள் பாடுகிறாள்:

‘போயிடட்டா என்று சொல்லி
என்னை வந்து கேளாதே,
போயிடடா என்று சொல்லப்
பொருந்தாதே என்மனசு!’

ஆக, வெளியூர் செல்லாமல் அங்கேயே அவள் அருகேயே இருக்கவேண்டுமா? அப்புறம் எப்படிப் பணம் சம்பாதிப்பது? நல்லபடியாக வாழ்க்கை நடத்துவது?

கோழி முதலில் வந்ததா, அல்லது முட்டை முதலில் வந்ததா என்பதுமாதிரி கேள்விதான் இது. ‘இருப்பதை வைத்து வாழலாம்’ என்பது ஓரளவுக்குதான் சரிப்படும். அதற்குமேல் ‘கொஞ்சம் சம்பாதிச்சிருக்கலாமே’ என்று யோசிக்கும்போது அதற்கான வயது இல்லாமல் போய்விட்டால்?

அதற்காகச் சம்பாதிக்கும் சக்கரத்திலேயே சுற்றிக்கொண்டிருப்பதும் ஆகாது, காதலுக்காக ஏழைமையில் வாடுவதும் ஆகாது, இரண்டுக்கும் இடையிலான பாதையைத்தான் காதலர்கள் எப்போதும் தேர்ந்தெடுக்கிறார்கள். அதனால் ஏற்படும் குழப்பங்கள்தான் இவை, ஒருவிதத்தில் காதலைச் சுவாரஸ்யமாக்குபவை!

7

ஆற்றில் வெள்ளம் கரைபுரண்டு ஓடிக்கொண்டிருந்தது.

அங்கே குளிக்கச் சில பெண்கள் சென்றிருந்தார்கள். ஆபத்து உள்ளது என்றாலும், துணிந்து ஆற்றில் இறங்கினார்கள். ஒருவரை ஒருவர் கேலி செய்து சிரித்தபடி மகிழ்ச்சியாக நீராடினார்கள்.

திடீரென்று, அங்கே ஒரு சத்தம் கேட்டது. ஒருத்திமட்டும் அலறியபடி தண்ணீரில் மூழ்கிவிட்டாள்.

அவளோடு குளித்துக்கொண்டிருந்த பெண்கள் பதறிப்போனார்கள். 'காப்பாத்துங்க, காப்பாத்துங்க' என்று கத்தினார்கள். யாருக்கும் உள்ளே குதித்துக் காப்பாற்றுகிற தைரியம் இல்லை.

அப்போது, அங்கே ஓர் இளைஞன் வந்தான். அவன் புன்னை மலர்மாலை சூடியிருந்தான். ஒருத்தி உள்ளே விழுந்துவிட்டாள் என்பதைக் கேட்டவுடன், வெள்ளத்தை நினைத்துக் கொஞ்சமும் பயப்படாமல் சட்டென்று தாவினான். அவளைத் தேடினான்.

சில நிமிடங்களில், அவன் அவளைக் கண்டுபிடித்துவிட்டான். மெல்ல அணைத்தபடி அவளைக் கரைக்குக் கொண்டுவந்தான். சில முதலுதவிகளைச் செய்து காப்பாற்றினான்.

அப்புறமென்ன? ஆபத்திலிருந்து தன்னைக் காத்தவன்மீது அந்தப் பெண்ணுக்குக் காதல் வரும்தானே?

காதல் வந்தது, அவர்கள் ஒன்றாகப் பழக ஆரம்பித்தார்கள்.

இதைப் பார்த்த அந்தப் பெண்ணின் தோழிக்குச் சிறு சந்தேகம். இவன் யாரோ, எந்த நாட்டைச் சேர்ந்தவனோ, இவனோடு இவள் இப்படிப் பழகுவது நல்ல விஷயம்தானா என்று யோசித்தாள்.

விசாரித்தபோது, அவன் ஒரு பெரிய மலை நாட்டின் தலைவன், பண்புள்ள இளைஞன் என்று தெரியவந்தது. தன் தோழி நல்ல இணையைத்தான் தேர்ந்தெடுத்திருக்கிறாள் என்று அவள் எண்ணிக்கொண்டாள்.

சில நாள் கழித்து, காதலியின் வீட்டில் அவளுக்கு மாப்பிள்ளை பார்க்க ஆரம்பித்தார்கள்.

காதலி அதிர்ந்தாள். தன் காதல் விஷயத்தை எப்படிப் பெற்றோரிடம் சொல்வது என்று திகைத்தாள்.

இப்போது, தோழி அவளுக்கு உதவ முன்வந்தாள். தன்னுடைய தாயிடம் சென்று விஷயத்தைச் சொன்னாள், ‘அம்மா, என் சிநேகிதி இருக்காளே, அவ ஒருத்தனைக் காதலிக்கிறா!’

‘என்னடி இப்படிச் சொல்றே?’ என்று அதிர்கிறாள் தோழியின் தாய்.

‘கவலைப்படாதேம்மா, என் தோழி ரொம்ப நல்லவ. தப்பான பாதையில நடக்கமாட்டா. அவ மழை பெய்ன்னு சொன்னா மேகம் பொழியும்!’

‘அது சரி, யார் அந்தப் பையன்? எப்படிப்பட்டவன்?’

‘அவனோட மலை நாட்டுல தினை வயலெல்லாம் இருக்கும்மா, அதுல போட்ட அகில் புகை மேலே போய் நிலாவையே மறைச்சுடுமாம்’ என்று வர்ணிக்கிறாள் தோழி.

'அதனால, சந்திரனே பழுப்பாத் தோணுமாம். தூரத்திலேர்ந்து பார்க்கறவங்களுக்கு மலைமேல கட்டின தேனடைமாதிரி அந்தச் சந்திரன் தெரியுமாம்!'

'அதெல்லாம் சரி, அவனுக்கும் இவளுக்கும் பழக்கம் எப்படி ஏற்பட்டது?'

தோழி நடந்ததைச் சொல்கிறாள். அவர்களுடைய காதலை விவரித்து 'நீதான் எதாவது செஞ்சு அவங்களைச் சேர்த்துவைக்கணும்' என்கிறாள்.

'பார்க்கலாம்!'

'அப்படியெல்லாம் சொல்லாதேம்மா, கண்டிப்பா அவங்களைச் சேர்த்துவைக்கணும்!'

'இல்லாட்டி?'

'நமக்குச் சாப்பாடே கிடைக்காது' என்கிறாள் தோழி. 'நீயே சொல்லும்மா, ஒருத்தர் ஆபத்துல இருக்கும்போது உதவி செஞ்சவங்களை மறக்கலாமா? அவங்களுக்குப் பதில் உதவி செய்யறதுதானே நம்ம பண்பாடு?'

'அன்னிக்கு அவ ஆத்துல மூழ்கிப்போக இருந்தப்போ, அவன் காப்பாத்தினான், பதிலுக்கு நாம அவளை அவனுக்குக் கல்யாணம் செஞ்சுகொடுக்கணும். வேற யாருக்காவது அவளைப் பெண் பேசினா, நம்ம ஊர்ச் செடிகள்ல கிழங்கு விளையாது, மலையில தேன் வளராது, கொல்லையில தினையில கதிரே வராது, நாம பட்டினி கிடக்கவேண்டியதுதான்!'

தோழி இப்படி வேதனையோடு சொல்ல, தாய் குறும்போடு கேட்கிறாள், 'அதெல்லாம் பரவாயில்லை, வேட்டையாடி மாமிசத்தைச் சாப்பிட்டுக்கலாம்!'

'வேட்டைமட்டும் ஒழுங்கா நடந்துடுமாக்கும்!' என்கிறாள் தோழி. 'அம்மா, நல்லா யோசிச்சுப்பாரு, நம்ம ஊரு ஆம்பளைங்க ஒழுங்கா வேட்டையாடறாங்கன்னா அதுக்கு என்ன காரணம்?'

'தெரியலையே!'

'நம்ம ஊர்ப் பெண்கள்தான் காரணம்!'

'அதெப்படி?'

'ஒரு பொண்ணு நல்ல ஒழுக்கத்தோட, கணவனும் குடும்பமும்தான் தெய்வம்ன்னு நினைச்சு இருந்தா, அவளோட வீட்டுல இருக்கற ஆண்களோட அம்புகள் குறி தப்பாது!' என்று விளக்குகிறாள் தோழி. 'ஒருவேளை நீங்க என் சிநேகிதியை இன்னொருத்தருக்குக் கல்யாணம் செஞ்சுகொடுக்கலாம்ன்னு யோசிச்சாக்கூட, உங்க அம்புகளெல்லாம் குறி மாறி எங்கேயோ போயிடும், கிழங்கும் இல்லாம, தேனும் இல்லாம, பயிரும் இல்லாம, மாமிசமும் இல்லாம பட்டினி கிடக்கவேண்டியதுதான்!'

'சரி, சாபம் கொடுத்தது போதும், என்ன செய்யலாம்ன்னு நான் பார்க்கறேன்' என்கிறாள் தோழியின் தாய். அவள் தன்னுடைய தோழியிடம் சென்று பேசுகிறாள். காதலியின் தோழியின் தாயின் தோழி... அதாவது, காதலியின் தாய்!

இந்த விஷயம் கேள்விப்பட்டதும் காதலியின் அண்ணன்கள் கோபப்படுகிறார்கள், வில்லையும் அம்பையும் கையில் எடுத்துக்கொள்கிறார்கள்.

ஆனால், சிறிது நேரத்தில் அவர்கள் மனம் மாறுகிறது. 'ஏதோ சின்னப்பிள்ளைங்க, ஆசைப்பட்டுட்டாங்க, கல்யாணம் செஞ்சுடலாமே' என்று யோசிக்கிறார்கள்.

தோழி ஆனந்தக் கூத்தாடுகிறாள். தலைவியைவிட, இந்த விஷயத்தில் அதிக மகிழ்ச்சி அவளுக்குதான். நேராக அவளிடம் சென்று, 'என்னடி! உனக்குக் கல்யாணமாமே, மாப்பிள்ளை அவன்தானாமே!' என்று குறும்பாகக் கேட்கிறாள்.

அதைக் கேட்டுக் காதலி நாணத்தோடு தலைகுனிகிறாள். பிறகு, 'ஏய், தவத்துலயே ரொம்பச் சிரமமான தவம் என்ன தெரியுமா?' என்கிறாள்.

'தெரியலையே, நீதான் சொல்லேன்!'

'கல்யாணம்ன்னு தீர்மானமானப்புறம், கல்யாணநாள் வர்றவரைக்கும் அந்த வெட்கத்தைப் பொண்ணுங்க பொறுத்துக்கறாங்களே, அதுதான் ரொம்பக் கஷ்டமான தவம்' என்று ஏங்குகிறாள் அவள், 'சீக்கிரம் அந்த நாள் வந்தா நல்லாயிருக்கும்!'

'ஏன்? என்ன அவசரம்?'

'இப்ப அவனைக் கற்பனையிலதானே அணைக்கவேண்டியிருக்கு!' என்கிறாள் அந்தக் காதலி, 'கல்யாணம் ஆனப்புறம், அவனை நிஜமா அணைச்சு ஒண்ணுகூடலாமே!'

அந்தச் சேர்க்கை நிகழும் இடத்தையும் அவள் கற்பனையில் காண்கிறாள், 'தினைவயல்ல வேங்கை மரங்கள் இருக்கே, அதோட மகரந்தப் பொடிகளெல்லாம் உதிர்ந்து, பாறைகள் நிறைஞ்ச முற்றத்துல கிடக்கும், அதனால அந்த முற்றம்முழுக்கப் பொன்மாதிரி ஒளிவிடும். அங்கேதான் நாங்க நனவுல ஒண்ணுகூடுவோம், அதுக்கப்புறம் கனவுல ஒண்ணுகூடவேண்டிய அவசியம் இருக்காது!'

'அடியே, அது இருக்கட்டும், உன்னைப் பெண் கேட்டு அவன் வரும்போது, அவனை முன்னேபின்னே தெரியாதவமாதிரி நீ நடிப்பேதானே?' என்கிறாள் தோழி.

'ஆமா, அவன்மட்டும் என்னவாம்? என்னை இப்பதான் முதல்வாட்டி பார்க்கிறமாதிரி நல்லா நடிப்பான்!'

'கவலைப்படாதே, நான் உங்களைக் காட்டிக்கொடுக்கமாட்டேன், எதுவும் தெரியாதமாதிரி நடந்துப்பேன்' என்று சிரிக்கிறாள் தோழி. 'அது சரி, கல்யாணப் பொண்ணு தலைகுனிஞ்சு உட்கார்ந்திருக்கணுமே, அவன் அழகைப் பார்க்காம எப்படி இருப்பே?'

'நான் பார்த்தால்தானா? நீ பார்த்துச் சொல்லமாட்டியா?'

என்கிறாள் காதலி. 'அவனை நேருக்கு நேர் பார்க்கறதைவிட, அவன் அழகை இன்னொருத்தர் வர்ணிச்சுக் கேட்கறதுலதான் அதிக சந்தோஷம்!'

'அப்படீன்னா சரி, வேற யாராவது வர்ணிக்கட்டும், நாம ரெண்டு பேரும் கேட்போம்' என்று தோழி சொல்கிறாள். பிறகு, 'விளையாடினது போதும், உங்க திருமண நாள் வரப்போகுது, இனிமே உனக்குப் பிரிவுத் துயரமே கிடையாது, பழைய அழகோட என்னிக்கும் மகிழ்ச்சியா இரு!' என்று வாழ்த்துகிறாள்.

மிகச் சுவையான இந்த நாடகம், கலித்தொகையில் வருகிறது. இதனை எழுதியவர் கபிலர். காதலர்கள் முதன்முதலாகச் சந்தித்த காட்சி, அவர்களுக்குள் வரும் நேசம், அதில் தோழிக்கு இருக்கும் அக்கறை, அதனை ஊரார் ஏற்கமாட்டார்களோ என்று அவள் கோபப்படுவது, பின்னர் திருமணம் நிச்சயமானதும் தோழிகள் கற்பனையில் மூழ்கித் தங்களுக்குள் உரையாடுவது என அனைத்தும் இந்தப் பாடலில் அற்புதமாகப் பதிவாகியுள்ளன.

காமர் கடும்புனல் கலந்து எம்மோடு ஆடுவாள்,
தாமரைக் கண் புதைத்து, அஞ்சித் தளர்ந்து, அதனோடு ஒழுகலான்
நீள் நாக நறும் தண்தார் தயங்கப் பாய்ந்து, அருளினால்,
பூண் ஆகம் உற தழீஇ போத்தந்தான் அகல் அகலம்,
வருமுலை புணர்ந்தன என்பதனால், என் தோழி
அருமழை தரல் வேண்டின் தருகிற்கும் பெருமையளே.
அவனும்தான், ஏனல் இதணத்து அகில் புகை உண்டு இயங்கும்
வான் ஊர் மதியம்வரை சேரின், அவ் வரைத்
'தேனின் இறால்' என ஏணி இழைத்திருக்கும்
கான் அகல் நாடன் மகன்.
சிறுகுடியீரே, சிறுகுடியீரே,
வள்ளி கீழ்விழா, வரைமிசைத் தேன் தொடா,
கொல்லை குரல் வாங்கி ஈனா, மலை வாழ்நர்
அல்ல புரிந்து ஒழுகலான்.
காந்தள் கடி கமழும் கண் வாங்கு இரும் சிலம்பின்
வாங்கு அமை மென்தோள் குறவர் மடமகளிர்

தாம் பிழையார்; கேள்வர்த் தொழுது எழலால், தம் ஐயரும்
தாம் பிழையார் தாம் தொடுத்த கோல்
என ஆங்கு,
அறத்தொடு நின்றேனைக் கண்டு திறப்பட
என்னையர்க்கு உய்த்து உரைத்தாள் யாய்.
அவரும் தெரிகணை நோக்கிச் சிலை நோக்கிக் கண் சேந்து
ஒரு பகல் எல்லாம் உருத்து எழுந்து, ஆறி,
‘இருவர்கண் குற்றமும் இல்லையால்’ என்று
தெருமந்து சாய்த்தார் தலை.
தெரிஇழாய்! நீயும் நின் கேளும் புணர,
வரைஉறை தெய்வம் உவப்ப, உவந்து
குரவை தழீஇ யாம் ஆடக் குரவையுள்
கொண்டு நிலை பாடிக் காண்.
நல்லாய்,
நன்னாள் தலைவரும் எல்லை, நமர் மலைத்
தம் நாண் தாம் தாங்குவார், என் நோற்றனர்கொல்!
புன வேங்கைத் தாது உறைக்கும் பொன் அறை முன்றில்
நனவில் புணர்ச்சி நடக்குமாம் அன்றோ?
நனவில் புணர்ச்சி நடக்கலும் ஆங்கே,
கனவில் புணர்ச்சி கடிதுமாம் அன்றோ?
விண் தோய் கல் நாடனும் நீயும் வதுவையுள்
பண்டு அறியாதீர்போல் படர்கிற்பீர்மன்கொல்லோ!
பண்டு அறியாதீர்போல் படர்ந்தீர் பழம் கேண்மை
கண்டு அறியாதேபோல் கரக்கிற்பென்மன்கொல்லோ!
மை தவழ் வெற்பன் மண அணி காணாமல்,
கையால் புதைபெறூஉம் கண்களும் கண்களோ?
என்னைமன், நின் கண்ணால் காண்பென்மன் யான்,
நெய்தல் இதழ் உண்கண் நின் கண் ஆக, என் கண் மன!
என ஆங்கு,
நெறி அறி செறி குறி புரி திரிபு அறியா அறிவனை முந்துறீஇத்
தகைமிகு தொகை வகை அறியும் சான்றவர் இனம் ஆக,
வேய் புரை மென் தோள் பசலையும் அம்பலும்
மாய புணர்ச்சியும் எல்லாம் உடன் நீங்கச்

சேய்உயர் வெற்பனும் வந்தனன்,
பூ எழில் உண்கணும் பொலிக மா இனியே!

அதே கலித்தொகையிலிருந்து இன்னொரு சுவையான காதல் நாடகம். இதனை எழுதியவர் நல்லுருத்திரனார்.

ஓர் இளம் பெண். எருமைக்கன்றை மேய்த்துக்கொண்டு தோட்டத்துக்குச் செல்கிறாள்.

திடீரென்று ஓர் இளைஞன் அவளை வழிமறிக்கிறான். அவள் பிடித்துவைத்திருந்த கன்றின் தாம்புக்கயிறைப் பிடித்து இழுக்கிறான்.

அவள் சீறுகிறாள், 'யோவ், உனக்கென்ன பைத்தியமா? வழியை விடு.'

'ம்ஹூம், நான் வழி விடமாட்டேன்' என்கிறான் அவன்.

'அப்போ நான் எப்படிப் போறது?'

'உன்னோட எருமைக்கன்றை யாராவது வழிமறிச்சா அது என்ன செய்யும்?'

'முட்டித் தள்ளிட்டுப் போகும்!'

'அந்தமாதிரி நீயும் என்னைப் பிடிச்சுத் தள்ளிட்டுப் போ!'

'ச்சீ, இதென்ன பேச்சு?' என்கிறாள் அவள். 'ஒழுங்கா எனக்கு வழியை விடு.'

'மாட்டேன். என்ன செய்வே?'

'நீ சொன்னமாதிரி எருமைக்கன்றுகிட்ட யாராவது வம்பு செஞ்சா அதோட தாய் பார்த்துக்கிட்டுச் சும்மா நிக்குமா?' கிண்டலாகச் சிரிக்கிறாள் அவள். 'யார்டா அது என் கன்னுகிட்ட வம்பு பண்றதுன்னு அது வந்து முட்டும். அதுமாதிரி, நீ இப்ப தொடர்ந்து கலாட்டா செஞ்சா, எங்கம்மா வந்துடுவாங்க!'

'வரட்டுமே' என்கிறான் அவன். 'உங்கம்மா என்ன? இந்த நாட்டு அரசனே வந்தாலும் நான் பயப்படமாட்டேன்.'

'இப்ப உனக்கு என்னதான் வேணும்?'

'நீதான் வேணும். உன் அன்புமட்டும் இருந்தாப் போதும், நான் யாரையும் எதிர்த்து நிப்பேன்!'

'யோவ், உனக்கு வெட்கமே கிடையாதா? என்ன புத்தி சொன்னாலும் புரியாதா?' என்று சலித்துக்கொள்கிறாள் அவள், 'நான் எத்தனை பேசினாலும் பதிலுக்குப் பதில் பேசுறே, எவ்ளோ மழை பெஞ்சாலும் ஆடாம அசையாம நிக்குற மாட்டைப்போல முரண்டு பிடிக்கறே! உன் தொல்லை தாங்கலை!'

அடுத்த வரியில்தான் ட்விஸ்ட். இவ்வளவு தூரம் அவனைத் திட்டிவிட்டு அவள் சொல்கிறாள், 'என்னை இதோட விட்டுடுவியா? இல்லைன்னா, நாளைக்கு நான் பால் கறக்கற பாத்திரத்தோட பசுவைத் தேடி வயலுக்குப் போவேனே, அப்பவும் வந்து இதேமாதிரி 'தொந்தரவு' செய்வியா?'

இப்போது சொல்லுங்கள், இங்கே நடந்தது ஈவ் டீஸிங்கா? அல்லது காதல் நாடகமா?

> பாங்கு அரும் பாட்டங்கால் கன்றொடு செல்வேம் எம்
> தாம்பின் ஒருதலை பற்றினை, ஈங்கு எம்மை
> முன்னை நின்று ஆங்கே விலக்கிய எல்லா! நீ
> என்னையே முற்றாய்? விடு.
> விடேஎன்; தொடீஇய செல்வார்த் துமித்து, எதிர்மண்டும்
> கடுவய நாகுபோல் நோக்கித் தொடுவாயில்
> நீங்கிச் சினவுவாய் மற்று.
> நீ நீங்கு; கன்று சேர்ந்தார்கண் கதஊற்றாச் சென்று ஆங்கு
> வன்கண்ணல் ஆய்வு அரல் ஓம்பு.
> யாய் வருக ஒன்றோ; பிறர் வருக; மற்று நின்
> கோ வரினும் இங்கே வருக; தளரேன் யான்,
> நீ அருளி நல்கப் பெறின்.

நின்னை யான் சொல்லினவும் பேணாய், நினைஇக்
கனைபெயல் ஏற்றின் தலைசாய்த்து, எனையதூஉம்
மாறு எதிர்கூறி, மயக்குப் படுகுவாய்!
கலத்தொடு யாம் செல்வுழி நாடிப் புலத்தும்
வருவையால், நாண் இலி நீ!

கிராமத்துக் காதலர்கள் இருவர். சந்திக்கும் வாய்ப்புகளைத் தேடுகிறார்கள்.

அவள் சொல்கிறாள், 'ராத்திரி நேரத்துல எங்க வீட்டு வாசல்ல வந்து கோழிமாதிரி சத்தம் போடு, நான் வந்துடறேன்.'

'உடனே வருவியா?'

'ஏன்ய்யா, காளை கனைப்பைக் கேட்டா பசு உடனே எழுந்து வராதா? அந்தமாதிரி நான் ஓடி வந்துடுவேன்.'

சாமம் அறிஞ்சு
தலைவாசலிலே வந்துநின்னு
கோழிபோலக் கூவு ராசா, உன்
குரல்மதித்து நான் வந்திடுவேன்.
கடப்பாலில் வந்துநின்னு
காளை கனைக்குமின்னா,
எங்கிருந்தபோதும் நாகு
எழுந்துவரமாட்டாதோ!

இன்றைக்குப் பெருநகரங்களில் காணும் இடமெல்லாம் காதலர்கள் சந்திக்கும் இடங்களாகவே உள்ளன. இந்தச் சூழலில் இதுபோன்ற தனிமை இடம் தேடும் 'பழைய' பாடல்கள் நகைப்புக்கு இடம் தரலாம்.

அதேசமயம் ஒளிந்து ஒளிந்து காதலிப்பதில் ஒரு ரகசிய சுகம் இருக்கிறது என்பார்கள் அந்தப் 'பழைய' காதலர்கள். 'ஹாய் டாட், ஹாய் மாம், மீட் மை பாய்ஃப்ரெண்ட், நாங்க சினிமா போய்ட்டு வர்றோம், அப்புறமாப் பார்க்கலாம்' என்று சகஜமாக அறிமுகப்படுத்தும் காதலில் வேறு பல சுகங்கள் இருப்பினும், இது சாத்தியப்படாதுதான்!

அந்த ரகசியக் காதலில் இன்னொரு நன்மையும் உண்டு. யாரேனும் பார்த்துவிடுவார்களோ என்கிற பயத்தில், அல்லது, அவர்கள் பார்த்து அவமானமாகப் பேசத் தொடங்கிவிட்டார்களே என்ற அவமானத்தில் திருமண ஏற்பாடுகளை விரைவாக்குவார்கள். காதல் வெளிச்சத்துக்கு வரும். தமிழ் இலக்கணப்படி ‘களவு’க் காதல் ‘கற்பு’க் காதலாக மாறும்.

இந்த இரு சொற்களுமே சுவையானவை. ‘களவு’ என்றால், திருட்டு என்ற அர்த்தத்தில்தான் நாம் புரிந்துவைத்திருக்கிறோம். ஊராருக்குத் தெரியாமல் காதலிப்பதும் கிட்டத்தட்ட அந்தமாதிரியான ஒரு விஷயம்தானே!

‘கற்பு’ என்ற சொல்லை உடல்சார்ந்து பார்க்கவேண்டியதில்லை. உறுதி என்ற பொருளில்தான் இது பயன்படுத்தப்பட்டிருப்பதாகச் சொல்கிறார்கள். திருமணத்துக்குப்பின் இருவரும் எப்படி வாழவேண்டும் என்கிற நெறிகளைப் பெரியவர்களிடமிருந்து கணவனும் மனைவியும் ‘கற்கிற’ காரணத்தால், அது ‘கற்பு வாழ்க்கை’.

ஏற்கெனவே வெளிச்சத்தில் உள்ள நவீன காதல் இதை எப்படிப் பார்க்கும்? இங்கே ‘களவு’ என்ற பேச்சே இல்லை. ஆகவே, யாரும் தூற்றிப் பேசப்போவதில்லை, அவர்களுக்குக் கவலைப்பட்டுத் திருமணம் நிகழப்போவதில்லை. இந்தச் சூழ்நிலையில் திருமணத்துக்கு எது தூண்டுதலாகும்? அல்லது, ‘இதெல்லாம் பழம்பேச்சு’ என்று கண்மணிகளும் கண்ணன்களும் ‘கற்பு’க்கே, அதாவது, திருமணத்துக்கே ‘நாட் ஓகே’ என்று சொல்லிவிடுவார்களோ? களவு, கற்பு என்பவை நவீன காதலில் எப்படி மாறுகின்றன என்பதுபற்றிப் புதிய கவிதைகள்தான் எழுதப்படவேண்டும்!

8

அவள் செந்தாழங்காட்டுக்குள் நிற்கிறாள். சிரிக்கிறாள். ஆடையை வீசி நடக்கிறாள். கண்களால் பேசுகிறாள்.

ஆனால், அவன் அருகே சென்றால் முறைக்கிறாள். 'யார்ய்யா நீ?' என்கிறாள்.

அவன் சிரிக்கிறான். 'அடியே, தெரியாதமாதிரி நடிக்காதே, எனக்கு நீதான் ஜோடி' என்கிறான்.

'அப்படியா? யார் சொன்னாங்க?'

'கடவுளே சொன்னார், அவர்தான் உன்னை எனக்காகத் தந்தார்' என்கிறான் அவன். 'என்னை முட்டாளாக்கிட்டு ஓடிடலாம்ன்னு பார்க்காதே. அது நடக்காது, எனக்கு நீதான், உனக்கு நான்தான்.'

கொஞ்சம் அடாவடியான காதல் ஒரு ஸ்டைல். சினிமா பாணி நாயகர்களுக்கு அதிகம் பொருந்தும். அது சினிமா பாணிக் கதாநாயகிகளுக்கு அதிகம் பிடிக்கும்.

> தந்தானே, தந்தானே, தந்தானே, ஆண்டவன்
> சரியான ஜோடி தந்தானே.
> செந்தாழங்காட்டுக்குள்ளே நின்னுகிட்டு, நீ

சிரிச்சுச் சிரிச்சு என்னென்னவோ பண்ணிக்கிட்டு,
முந்தானையால் வீசிக்கிட்டு,
முழியாலே பேசிக்கிட்டு, என்னை
முட்டாளுன்னு பட்டா போட்டு
சிட்டாப் பறந்துபோகாதே!
பப்பாளிப்பழம்போல் நீயும் இருக்குறே, என்னைப்
பாத்துப் பாத்து ஏனோ இப்படி மொறைக்கிறே!
பட்டாடையைக் கட்டிக்கிட்டு, உன்
பவுசைக் காட்டி வெட்டிக்கிட்டு, என்னை
முட்டாளுன்னு பட்டா போட்டு
சிட்டாப் பறந்துபோகாதே!

இந்தப் பாடலை எழுதியவர் தஞ்சை ராமையாதாஸ். குறும்பாகப் பாடினாலும், 'உனக்காகப் பொறுமையுடன் காத்திருக்கிறேன். அதைப் புரிந்துகொள்' என்று நேசத்தோடு சொல்லி அவன் இறைஞ்சுவதைக் காட்டுகிறார்.

மானாம் பத்தினி உன்னைப் பாத்தா
மானம் பத்திக்குமா? நீ
தானா வந்தா ஜரிகை சேலை,
தாவணி தித்திக்குமா? அது
போனாப் போகட்டும் புரிஞ்சுக்கோ, என்
பொறுமையை நீ தெரிஞ்சுக்கோ, என்னை
முட்டாளுன்னு பட்டா போட்டு
சிட்டாப் பறந்துபோகாதே!

காதல் நிறைவேறுவதற்காக இப்படிக் கெஞ்சுகிற காதலன், அவள் சம்மதித்தபிறகு, களவு நேசத்தில் ஆசை வைத்துவிடுகிறான். அதாவது, ஊருக்குத் தெரியாமல் காதலிக்கிறான், அவளைத் திருமணம் செய்துகொள்வதைப்பற்றி விருப்பம் காட்டாமலே இருக்கிறான்.

அவள் நேரடியாகக் கேட்டுவிடுகிறாள், 'என்னை எப்ப கல்யாணம் செஞ்சுக்கப்போறே?'

'அதுக்கென்ன அவசரம்?'

'எப்பக் கேட்டாலும் இப்படித் தட்டிக்கழிச்சா என்ன அர்த்தம்?'

'அடியே, எனக்கு உன்மேல இருக்கிற காதலைச் சந்தேகப்படறியா?'

'காதல்ன்னு சொன்னா இனிப்பாதான் இருக்கு. ஆனா, கல்யாணம்ன்னு வந்ததும் பேச்சை மாத்தறியே, அதான் ஏன்னு புரியலை!'

காதல் எந்தன்மீதில் என்றால்
காதில் இனிக்கிறது, தாலி
கட்டிக்கொள்ள
தட்டிக்கழித்தால், மனது
கவலைப்படுகிறது!

'நீ என்மேல வெச்சிருக்கிற நம்பிக்கை அவ்ளோதானா?' என்கிறான் அவன். 'எல்லாத்துக்கும் ஒரு நேரம் வரவேண்டாமா?'

'கட்டிக்கரும்பே! கனியே! உன்னைத்
தட்டிக்கழிப்பேனா? நேரம்,
காலம் பார்த்து முறையாய்ப்
பெண்ணும் கேட்டுக்கவேண்டாமோ?
நாளும் பார்த்துக்கவேண்டாமோ?'

'இதுக்கெல்லாம் நேரம் பார்க்கணுமா? சட்டுன்னு என்னைப் பொண்ணு கேட்டு வாய்யா' என்கிறாள் அவள். 'கல்யாண வயசு வந்துட்டா வீட்டுல பொண்ணை வெச்சுக்கிட்டு இருப்பாங்களா? வேற ஒருத்தருக்கு என்னைக் கல்யாணம் பேசலாம்ன்னு வீட்டுல யோசிக்கறதுக்குள்ள நீ வந்து பேசினாதான் நாம நினைச்சது நடக்கும்!'

'காலம், நேரம் கடந்தால் இனிமேல்,
உனக்கு நானில்லை, அன்பே,
வேலி போட்ட நிலம்போலக் காக்கத்
தாலி போடோணும், கழுத்தில்
மாலை சூடோணும்!'

'தாலிதான் பெண்ணுக்கு வேலி' என்று பழமை பேசுகிறாளே இந்தக் காதலி என்று எண்ணவேண்டாம். உடுமலை நாராயணகவி எழுதிய பழைய பாடல்தான் இது. ஆனால், இங்கே வரும் 'வேலி'யின் அர்த்தம் வேறு. மற்ற யாரும் அவளைப் பெண் கேட்டு வராதபடி தடுப்பதற்கு ஒரு தாலியைக் கட்டிவிட்டால், அதுதான் வேலி என்கிறாள் அவள். காதலனும் அதை ஏற்றுக்கொள்கிறான்.

'எண்ணம்போலே எல்லாம் நடக்கும், இனிமேல்
எதுவும் தப்பாது.'

இப்படி அவன் பாடியபிறகும், அவள் முகத்தில் சோர்வு தெரிகிறது. ஆகவே, அவளைக் குஷிப்படுத்துவதற்காக இப்படிக் கேட்கிறான்:

'இன்னும் என்ன என்ன வேணும், கேளு, நீ
என்னை இப்போது!'

திருமணக் கனவில் இருக்கும் காதலி தன்னுடைய விருப்பங்களைப் பட்டியலிடத் தொடங்குகிறாள். 'வெறுமனே தாலி கட்டினால் போதாது, நமக்கென்று ஒரு வீடு வேண்டும், குடும்பம் நடத்தத் தேவையான சவுகர்யங்கள் வேண்டும்.'

'வீட்டைக் கட்டிக் குடித்தனம் நடத்திப்
பாத்துக்கவேணும்,
பட்டினில் மெத்தை, கட்டில் அங்கே
போட்டுக்கவேணும்.'

அவள் கட்டில் என்றதும், இவன் தொட்டிலை நினைக்கிறான். 'நம் குழந்தையைத் தாலாட்ட நீ பாடுவதை நான் கேட்கவேண்டும்' என்கிறான்:

'முகத்துக்குமேலே முகத்தைவெச்சு
ஒண்ணு கொடுக்கவேணும்,
கொடுத்ததைத் திருப்பி எடுக்கவேணும், பிறகு
தொட்டில் போடவேணும்,

குழந்தையைத் தூங்கவைக்கவேணும்,
நீயும் பாட்டுப் பாடவேணும்!'

கல்யாணக் கனவுகள் எல்லாக் காதலர்களுக்கும் இருக்கும். அவர்கள் தங்களுக்குள் பேசிக்கொள்வதைப் பல கவிஞர்கள் விதவிதமாக எழுதியிருக்கிறார்கள், திரைப்படப் பாடல்களும் அதனைப் பதிவு செய்திருக்கின்றன.

ஆனால் எத்தனை பேசினாலும், அது நிஜமாகப்போவதற்கான அடையாளம் திருமணப் பேச்சுதான். காதலன் காதலியைப் பெண் கேட்டு வரும்போதும், அதற்குப் பெற்றோர் சம்மதிக்கும்போதும் மகிழ்ச்சி பொங்கும். அதனை ஒரு தோழி அழகாகச் சொல்வதைக் காட்டுகிறார் கபிலர். அகநானூறில் வரும் பாடல் இது.

இந்தக் காதலனும் காதலியும் நெடுநாளாகச் சந்தித்து வந்திருக்கிறார்கள். ஆனால், அவன் திருமணப் பேச்சை எடுக்கவே இல்லை. அதை எண்ணிக் காதலி ஏங்கிக் காத்திருக்கிறாள்.

காதலி வருந்துவதைப் பார்த்துத் தோழிக்கும் வருத்தம். அவள் முகத்தில் சிரிப்பைப் பார்ப்பதற்காக இவளும் காத்திருக்கிறாள்.

ஒருநாள், காதலன் அவளைப் பெண் கேட்டு வருகிறான். இதை அறிந்த தோழிக்கு மகிழ்ச்சி. ஓடிச் சென்று அவளிடம் விஷயத்தைச் சொல்கிறாள்.

'மழைக்காலத்துல ஊர்முழுக்கப் பித்திகம்ங்கற பூ பூத்திருக்கும். நிறைய பூத்திருக்கறதால, அதை யாரும் பறிக்கமாட்டாங்க, நல்லா மணம் வீசிக்கிட்டுச் செடியிலயே இருக்கும், அந்தப் பூமாதிரி உன்னோட குளிர்ந்த கண், அதோட தளிர்மாதிரி உன்னோட மேனி!'

'எதுக்கு திடீர்ன்னு இப்படி ஐஸ் வைக்கறே? விஷயத்தைச் சொல்லு!' என்கிறாள் காதலி. 'நானே கவலைல இருக்கேன்!'

'இனிமே உனக்குக் கவலையே வேணாம், உன் காதலன் எப்ப வருவான்னு அவனோட மலைகளைப் பார்த்து ஏங்கிக்கிட்டிருந்தியே, அவன் வந்துட்டான். உன் பெற்றோரைச் சந்திச்சு உன்னைக் கல்யாணம் செஞ்சுக்க அனுமதி கேட்டுக்கிட்டிருக்கான்.'

இதைக் கேட்டுக் காதலியின் முகம் மலர்கிறது. தோழி தொடர்ந்து சொல்கிறாள், 'ஏய், உங்க கல்யாணம் நடக்கப்போகுதுன்னு தெரிஞ்சதும் என் மனசு எவ்ளோ சந்தோஷமா இருக்குன்னு தெரியுமா? ரொம்பநாள் மழை பெய்யாம, நாடுமுழுக்க வறட்சி வந்து, உழவுத் தொழிலே நடக்காம, துளி பசுமை கண்ணுல படாம எல்லாரும் வருத்தத்துல இருந்த ஒரு நாட்டுல, திடீர்ன்னு பெரிய மழை பெஞ்சா எப்படியிருக்கும்! வெப்பம் தகிச்சுக்கிட்டிருந்த குளங்கள்ல அதுவரைக்கும் பறவைங்கதான் தங்கிக்கிட்டிருந்தது, ஆனா இப்போ, அங்கெல்லாம் தண்ணி நிரம்பியிருந்தா எப்படியிருக்கும்! அதைப் பார்த்து இந்த ஊரே சந்தோஷப்படுமில்லையா? அதுபோல என் மனம் இப்ப நிறைஞ்சிருக்கு!'

மலிபெயல் கலித்த மாரிப் பித்திகத்து
கொயல்அரு நிலைய பெயல்ஏர் மண முகைச்
செவ்வெரிந் உறழும் கொழுங்கடை மழைக்கண்
தளிர் ஏர் மேனி மாஅயோயே,
நாடு வறங்கூர, நாஞ்சில் துஞ்சக்
கோடை நீடிய பைதறு காலைக்
குன்று கண்டன்ன கோட்ட யாவையும்
சென்று சேக்கல்லாப் புள்ள உள்இல்
என்றூழ் வியன் குளம் நிறைய வீசிப்
பெரும்பெயல் பொழிந்த ஏம வைகறைப்
பல்லோர் உவந்த உவகை எல்லாம்
என்னுள் பெய்தத்தன்றே, சேண்இடை
ஓங்கித் தோன்றும் உயர்வரை
வான்தோய் வெற்பன் வந்தமாறே!

காதலுக்குப் பலர் பலவிதமான உவமைகளைச் சொல்லியுள்ளார்கள். அறிவுமதி அதனைச் ‘சாலை’ என்கிறார். அதுவும், ‘வேகத்தடை இல்லாத சாலை’யாம்!

வேகத்தடை இல்லாத ஒரு சாலையில் வேகமாகச் செல்லும் வாகனமொன்றைக் கற்பனை செய்துகொண்டிருக்கும்போதே, அடுத்த உவமையை முன்வைக்கிறார், ‘சாரல் மழை!’

இத்தனைக்கும் அவனுடைய சாரல் மழைபோன்ற காதல் வேகத்தை அவள் நாணக் குடையால் தடுக்கப் பார்க்கிறாள். ஆனாலும் பயன் இல்லை, மழை அவளுடைய வேர்வரைக்கும் நனைத்துவிடுகிறது.

இத்தனை மழையிலும், அவளுக்குத் தாகமெடுக்கிறது. அதை எண்ணிச் சிலிர்க்கிறாள். கைவளையல்கூட அவளைப் பார்த்துச் சிரிக்கிறது. ஆசை பசியோடு இருக்கிறது, இளமை விருந்தை எதிர்பார்க்கிறது, அதற்கு முன்னுரையாக ஒரு முத்தம் வேண்டி அவன் முகம் பார்த்து நிற்கிறாள்.

காதல்வழிச் சாலையிலே
வேகத்தடை ஏதுமில்லை,
நாணக்குடை நீ பிடித்தும்
வேர்வரைக்கும் சாரல் மழை,
தாகம் வந்து பாய் விரிக்க,
தாவணிப்பூ சிலிர்க்கிறதே,
மோகம் வந்து உயிர் குடிக்க,
கை வளையல் சிரிக்கிறதே,
ஆசை இங்கு பசித்திருக்கு,
இளமைக்கென்ன விருந்திருக்கா?
முத்தம் சிந்தச் சிந்த ஆனந்தம்தான்!

பாரதியாரின் புகழ் பெற்ற பாடல்களில் ஒன்று, ‘மூன்று காதல்’.

தலைப்பைப் பார்த்து அவசரப்படவேண்டாம். முழுப் பாடலையும் வாசித்தால் பாரதியார் சொல்லும் மூன்று காதல்கள் எவை என்று புரியும்.

முதலாவதாக, மிக இளம் வயதிலேயே காதல்வயப்படுகிறார் பாரதி. ஒரு பெண்ணைக் கண்டு மயங்கிவிடுகிறார். பள்ளிப் படிப்பில் மனம் செல்லவில்லை. அவள்மீதே ஆசையுடன் இருக்கிறார்.

அந்தப் பெண், வெள்ளைத் தாமரையில் வீற்றிருப்பவள், மலர்ந்த முகம், கையில் வீணை, ஏடுகள், ஞானம் பொழியும் தன்மை... கலைமகளைத்தான் தன்னுடைய முதல் காதலி என்கிறார் பாரதியார். அதை மிகவும் ரசனையோடு விளக்குகிறார்.

பிள்ளைப் பிராயத்திலே, அவள்
பெண்மையைக் கண்டு மயங்கிவிட்டேன், அங்கு
பள்ளிப் படிப்பினிலே, மதி
பற்றிடவில்லை எனிலும் தனிப்பட
வெள்ளை மலர்அணைமேல், அவள்
வீணையும் கையும் விரிந்த முகமலர்
விள்ளும் பொருள்அமுதும் கண்டேன்,
வெள்ளை மனது பறிகொடுத்தேனம்மா!
ஆடிவருகையிலே, அவள்
அங்கொரு வீதி முனையில் நிற்பாள்; கையில்
ஏடு தரித்திருப்பாள், அதில்
இங்கிதமாகப் பதம் படிப்பாள், அதை
நாடி அருகு அணைந்தால் பல
ஞானங்கள் சொல்லி இனிமைசெய்வாள், இன்று
கூடி மகிழ்வம் என்றால், விழிக்
கோணத்திலே நகை காட்டிச் செல்வாளம்மா!

ஒருநாள், ஆற்றங்கரையில் கலைமகளைச் சந்திக்கிறார் பாரதியார். அவள் தரும் கவிதையை வாசித்து மகிழ்கிறார். 'நாம் திருமணம் செய்துகொள்ளலாமே' என்று கேட்கிறார்.

கலைமகளைத் திருமணம் செய்துகொள்ளவேண்டும் என்று விரும்புகிறார் என்றால், அவருக்கு எப்பேர்ப்பட்ட கலைத் தாகம் இருந்திருக்கவேண்டும்!

அவர் கேட்ட கேள்விக்குக் கலைமகள் பதில் எதுவும் சொல்லவில்லை. புன்னகை செய்துவிட்டுக் காணாமல் சென்றுவிடுகிறாள். அதன்பிறகு, அவள் நினைவிலேயே திரிகிறார் கவிஞர்.

ஆற்றங்கரைதனிலே, தனி
யானதோர் மண்டபமீதினிலே, தென்றல்
காற்றை நுகர்ந்திருந்தேன், அங்கு
கன்னி கவிதை கொணர்ந்துதந்தாள், அதை
ஏற்று மனம்மகிழ்ந்தே, ‘அடி,
என்னோடு இணங்கி மணம் புரிவாய்’ என்று
போற்றியபோதினிலே, இளம்
புன்னகை பூத்து மறைந்துவிட்டாளம்மா!
சித்தம் தளர்ந்ததுண்டோ? கலைத்
தேவியின்மீது விருப்பம் வளர்ந்து ஒரு
பித்துப் பிடித்ததுபோல், பகல்
பேச்சும் இரவில் கனவும் அவளிடை
வைத்த நினைவையல்லால், பிற
வாஞ்சையுண்டோ? வயது அங்ஙனமே இரு
பத்துஇரண்டாம்அளவும், வெள்ளைப்
பண்மகள் காதலைப் பற்றி நின்றேனம்மா!

பல ஆண்டுகள் கழித்து, பாரதிக்கு இரண்டாவது காதல் வருகிறது. ஒரு சுந்தரியைச் சந்தித்து அவளுடைய அழகுக்குத் தன்னுடைய சிந்தனையையே வரியாகக் கொடுத்துவிடுகிறார். ‘உன் பெயர் என்ன?’ என்று அவளைக் கேட்கிறார்.

‘திரு’ என்று பதில் வருகிறது.

அவளுடைய புன்னகை கவிஞர் நெஞ்சை ஈர்க்கிறது. எந்நேரமும் அவள் நினைவாகவே இருக்கிறார்.

ஆனால், இந்தத் திருமகள் காதலும் கவிஞர் மனத்தில் நீடித்து நிற்கவில்லை. அவரிடம் என்ன பிழை கண்டாளோ, அவள் அவரை விட்டுச் சென்றுவிடுகிறாள், மீண்டும் தவிப்பில் கிடக்கிறார் அவர்.

இந்த நிலையினிலே, அங்கொர்
இன்பப் பொழிலின் இடையினில் வேறொரு
சுந்தரி வந்துநின்றாள், அவள்
சோதி முகத்தின் அழகினைக் கண்டு என்றன்
சிந்தை திறை கொடுத்தேன், அவள்
'செந்திரு' என்று பெயர் சொல்லினாள்; மற்றும்
அந்தத் தினம்முதலா நெஞ்சம்
ஆரத் தழுவிட வேண்டுகின்றேனம்மா!
புன்னகை செய்திடுவாள், அற்றைப்
போதுமுழுதும் மகிழ்ந்திருப்பேன்; சற்று என்
முன் நின்று பார்த்திடுவாள், அந்த
மோகத்திலே தலை சுற்றிடும் காண்! பின்னர்
என்ன பிழைகள் கண்டோ, அவள்
என்னைப் புறக்கணித்து ஏகிடுவாள், அங்கு
சின்னமும் பின்னமுமா, மனம்
சிந்தி உளம்மிக நொந்திடுவேனம்மா!
காட்டுவழிகளிலே, மலைக்
காட்சியிலே, புனல் வீழ்ச்சியிலே,
நாட்டுப்புறங்களிலே, நகர்
நண்ணு சில சுடர் மாடத்திலே, சில
வேட்டுவர் சார்பினிலே, சில
வீரரிடத்திலும் வேந்தரிடத்திலும்
மீட்டும் அவள் வருவாள், கண்ட
விந்தையிலே இன்பம் மேற்கொண்டுபோமம்மா!

அடுத்து, மூன்றாவது காதல். இம்முறை ராத்திரி நேரத்தில், 'கரும் பெண்மை அழகொன்று வந்தது' என்கிறார் பாரதி. மகிழ்ச்சியோடு அருகே சென்று பார்த்தால், 'அன்னை வடிவமடா' என்று துள்ளுகிறார்.

ஆதி பராசக்திதான் அவள். 'இந்தப் பெண்ணின் அருள் கிடைத்துவிட்டால், உலகில் எல்லாமே கிடைத்துவிடுமே' என்று பாரதி மகிழ்கிறார். 'இவளை நித்தம் தோத்திரம் பாடித் தொழுதிடுவோம்' என்று நிறைவு செய்கிறார்.

பின்னொர் இராவினிலே, கரும்
பெண்மையழகொன்று வந்தது கண்முன்பு,
கன்னி வடிவம் என்றே களி
கண்டு சற்றே அருகில் சென்று பார்க்கையில்,
'அன்னை வடிவமடா! இவள்
ஆதி பராசக்தி தேவியடா, இவள்
இன்னருள் வேண்டுமடா! பின்னர்
யாவும் உலகில் வசப்பட்டுபோமடா!'
'செல்வங்கள் பொங்கிவரும், நல்ல
தெள்ளறிவு எய்தி நலம் பல சார்ந்திடும்,
அல்லும் பகலும் இங்கே, இவை
அத்தனை கோடிப் பொருளினுள்ளே நின்று
வில்லை அசைப்பவளை, இந்த
வேலை அனைத்தையும் செய்யும் வினைச்சியை,
தொல்லை தவிர்ப்பவளை, நித்தம்
தோத்திரம் பாடித் தொழுதிடுவோமடா!'

9

இரவு நேரம். எல்லாரும் தூங்கிக்கொண்டிருக்கிறார்கள்.

அவன் அவளைச் சந்திக்க வருகிறான். வழக்கமான இடத்தில் அவளைக் காணவில்லை.

'என்ன ஆயிற்று? தெரியாமல் வேறு இடத்தில் நிற்கிறாளோ?' குழப்பத்தில் அவன் தவிக்கிறான். சிறிது நேரம் காத்திருக்கலாம் எனத் தீர்மானிக்கிறான்.

ஆனால், அவள் வரவில்லை. தூரத்தில் தெரியும் அவள் வீட்டுக் கதவைப் பார்க்கிறான் அவன். 'கதவைத் தட்டலாமா?'

அவளே வந்து கதவைத் திறந்தால் சந்தோஷம். கதவு தட்டப்படும் சத்தத்தைக் கேட்டு வேறு யாராவது எழுந்துவிட்டால்? ராத்திரி நேரத்தில் யாரோ இப்படிக் கதவைத் தட்டினால் சும்மா இருப்பார்களா? ரகசியக் காதலை நாமே ஊருக்கு வெளிச்சமிட்டுக் காட்டினாற்போலாகிவிடுமே.

திரும்பிச்சென்றுவிடலாமா?

அதுவும் அவனால் இயலவில்லை. அவளை தினமும் சந்தித்து மகிழ்வது பழக்கமாகிவிட்டது. ஒருநாள் அவளைக் காணவில்லை என்றாலும் தவிப்புதான்.

ஆகவே, அவன் அந்தக் கதவை நெருங்கினான். கதவைத் தட்டாமல் தள்ளித் திறக்க முயன்றான்.

அந்தச் சத்தம், உள்ளே இருந்த அவனுடைய காதலிக்குக் கேட்டது. அவன்தான் என்று புரிந்துவிட்டது.

வழக்கமாக இந்த நேரத்தில் அவள் அவனைச் சந்திக்க வெளியே வந்திருப்பாள். ஆனால் இன்றைக்கு, அவளுடைய தாய் அவளோடு படுத்துவிட்டாள். ஆகவே, எழ இயலவில்லை. அவனைக் காண இயலவில்லை.

வெளியே அவன் படும் வேதனை உள்ளே அவளுக்குப் புரிந்தது. தன் நிலைமையைச் சொல்ல இயலவில்லை. புரண்டு படுத்தாள்.

இதைக் கண்ட அவளுடைய தாய், ‘என்னடி, தூக்கம் வரலையா?’ என்றபடி அவளை இறுகத் தழுவிக்கொண்டாள்.

மீண்டும், கதவை யாரோ தள்ளும் சத்தம் கேட்டது. யானைபோல் வலிமையுடைய காதலன்தான் கதவைத் திறக்கும் வழி தெரியாமல் திணறிக்கொண்டிருந்தான்.

அந்தச் சத்தம் கேட்ட காதலி, வலையில் அகப்பட்ட மயிலைப்போல் தவித்தாள். வலையோ அவளை மேலும் மேலும் இறுக்கித் துன்புறுத்தியது.

மறுநாள், அவளுடைய தோழி அந்தக் காதலனைச் சந்தித்தாள். அவன் மிகவும் ஏமாற்றத்தில் இருந்தான், ‘என்னாச்சு? அவ ஏன் வரலை? ஏதாவது பிரச்னையா?’ என்றான்.

தோழி நடந்ததை விவரித்துச் சொன்னாள். ‘இனிமேலும் நீங்க இப்படி ரகசியமாச் சந்திக்கறது சிரமம். ரகசியக் காதலைப் பகிரங்கமாக்கித் திருமணம் செய்துகொள்ளுங்கள்’ என்று அறிவுறுத்தினாள்.

இந்த அழகான காதல் காட்சி குறுந்தொகையில் வருகிறது. பாடலை எழுதியவர் பெயர் கண்ணனார்.

பல்லோர் துஞ்சு நள்என் யாமத்து
உரவுக் களிறுபோல் வந்து இரவுக் கதவம் முயறல்
கேளேம் அல்லேம், கேட்டனம், பெரும!
ஓரி முருங்கப் பீலி சாய
நன்மயில் வலைப்பட்டாங்கு யாம்
உயங்குதொறும் முயங்கும் அறன்இல் யாயே.

பெண்ணை மயிலுக்கு ஒப்பிடுவது அன்றுமுதல் இன்றுவரை தொடரும் மரபு. அதே குறுந்தொகையில் இறையனார் பாடிய இந்தப் பிரபலமான பாடலை எல்லாரும் வாசித்திருப்பார்கள்:

கொங்குதேர் வாழ்க்கை, அம்சிறைத் தும்பி!
காமம் செப்பாது கண்டது மொழிமோ!
பயிலியது கெழீஇய நட்பின், மயில்இயல்
செறி எயிற்று அரிவை கூந்தலின்
நறியவும் உளவோ, நீ அறியும் பூவே!

காதலனும் காதலியும் சந்திக்கிறார்கள். அவள் நாணி நிற்கிறாள். இவன் அவளைப் பாராட்டிப் பேசத் தொடங்குகிறான். அவளோ வாய் திறக்க மறுக்கிறாள்.

அப்போது, அந்தக் காதலியின் தலையில் உள்ள பூவில் மொய்க்கும் ஒரு வண்டைப் பார்க்கிறான் அவன். அந்த வண்டிடம் பேசத் தொடங்குகிறான்:

வண்டே, உன்னுடைய வாழ்க்கையே பூவுக்குப் பூ தாவுவதுதான். பலவிதமான பூக்களை நீ பார்த்திருப்பாய், அவற்றில் தேன் உண்டிருப்பாய்.

நான் கேட்கும் கேள்விக்குப் பொய் சொல்லாமல் பதில் சொல். நான் மனம் மகிழவேண்டும் என்பதற்காக எதையாவது பேசாதே, உண்மையைச் சொல்.

என் காதலி, மயில் போன்ற இந்தப் பெண், நெருங்கிய பற்களை உடைய அரிவை, என்னோடு அன்பாகப் பழகுகிறவள், இவளுடைய கூந்தலைவிட மணம் வீசும் இன்னொரு பூவை நீ இதுவரை பார்த்திருக்கிறாயா?

காதலியை மயில் என்று சொல்வது சரி. அந்த மயிலுக்குத் தோகை உண்டா?

அறிவியல் ரீதியில் பார்த்தால் ஆண் மயிலுக்குதான் தோகை உண்டு என்கிறார்கள். அதனால், ஆணுக்கும் மயில் உவமையாகச் சொல்லப்படுவதுண்டு. ஊத்துக்காடு வேங்கடகவி ஒரு பாடலில், 'அசைந்து ஆடுகிற மயிலைக் கண்டால் கண்ணனைப்போலிருக்கிறது' என்கிறார்.

'அசைந்தாடும் மயிலொன்று காணும், நம்
அழகன் வந்தான் என்று
சொல்வதுபோல் தோணும்!'

அதெப்படி மயிலைப் பார்த்தால் கண்ணனைப்போலிருக்கும்?

கண்ணன் மயிலிறகைச் சூடியிருக்கிறானே! மயிலொன்று தோகை விரித்து ஆடும்போது, அதன் இறகுகள் அசைய, அது கண்ணனைப்போல் தோன்றுகிறது:

'ஒருபதம் வைத்து, மறுபதம் தூக்கி நின்றாட,
மயிலின் இறகாட, மகரக் குழையாட...'

இது சரி. ஆனால் வாலி ஒரு திரைப்பாடலில் இப்படி எழுதியிருக்கிறாரே:

'மாதவிப் பொன்மயிலாள்
தோகை விரித்தாள்.'
மாதவி பெண்ணல்லவா? அவளுக்கு ஏது தோகை?

ஒரு பெண்ணை நிலா என்று வர்ணித்தால், உடனே அதில் கறைகள் உள்ளன, குண்டும்குழியுமாக உள்ளது என்று அர்த்தம் இல்லை. வட்டமுகம், ஒளி நிறைந்த முகம் என்பதுபோன்ற அம்சங்களைமட்டுமே இந்த உவமை தெரிவிக்கிறது.

ஆக, ஒரு உவமையின் எல்லா அம்சங்களும் பொருத்திச் சொல்லப்படும் பொருளுடன் ஒத்துப்போகவேண்டும் என்று அவசியம் இல்லை. மாதவிக்கு உவமையாகப் பெண்

மயிலைத்தான் சொல்லவேண்டும் என்று கட்டாயம் இல்லை, ஆண் மயிலையும் உவமையாக்கலாம். அப்போது அதற்குத் தோகை இருக்கும், அது அழகான பெண்ணுக்கு உவமை ஆகிறது.

பெண்ணுக்கு மயில் உவமை என்றால், அவளுடைய கூந்தலுக்கு மயில்தோகை உவமையாகும்.

முத்துலிங்கத்தின் பாடலொன்றில் கதாநாயகன் காதலியைப் பார்த்து இப்படிப் பாடுகிறான்:

தோகைபோலே மின்னும் பூவை உந்தன் கூந்தல்!

கூந்தலுக்கு மயில் தோகைபோலவே மேகமும் ஒரு பிரபலமான வர்ணனை. இதனை ஒரு திரைப்பாடலில் புலமைப்பித்தன் இவ்வாறு எழுதியிருப்பார்:

'குழலைப்பார்த்து
முகிலென மயில்கள் ஆடும்!'

இந்த உவமையை அறிந்த காதலன் அதையும் சேர்த்து இப்படிப் பாடுகிறான்:

'உந்தன் கூந்தல் கார்மேகம் என்றே
நான் சொல்வேன் கண்ணே!'

பதிலுக்கு அவள் குறும்பாகக் கேட்கிறாள், 'கார்மேகமும் கறுப்பு, என் கூந்தலும் கறுப்பு, அது சரி, ஆனால், என்னுடைய கூந்தலில் உள்ள வாசனை அந்த மேகத்தில் உண்டா?'

'பாவை எந்தன் கூந்தல் வாசம் யாவும் அந்த
மேகம்தனில் ஏது?
நீ சொல்வாய் கண்ணா!'

சட்டென்று அவன் உவமையை மாற்றுகிறான்:

'அழகைச் சுமந்துவரும் அழகரசி,
ஆனந்தப் பூமுகம்,

அந்தியில் வந்திடும்
சுந்தர நிலவோ!'

இந்த உவமையையும் அவள் ஏற்கவில்லை. 'நிலவு தேய்ந்து வளர்கிறது, நான் அப்படியா?' என்று கேட்கிறாள்:

'நாளும் நிலவது தேயுது, மறையுது,
நங்கை முகமென யார் அதைச் சொன்னது?'

புலமைப்பித்தன் இதற்கும் பிரமாதமான ஒரு பதில் வைத்திருந்தார்:

'முகத்தைப் பார்த்து, அடிக்கடி
நிலவு தேயும்!'

இப்படிச் சமாளிக்க அந்தக் காதலனுக்குத் தெரியவில்லை. திகைத்துப்போய் நிற்கிறான். 'நல்லாத்தான் பேசுறே, உனக்குப் பதில் சொல்ல இயலாதபடி மன்மதன் அம்புகள் என்னைக் கட்டிவைத்திருக்கின்றன' என்கிறான்:

'மங்கை உன் பதில் மனதினைக் கவருது,
மாரன் கணை வந்து மார்பினில் பாயுது!'

இப்போது, அவள் புன்னகையோடு அவன் சொன்ன முதல் உவமையை ஏற்றுக்கொள்கிறாள், 'நான் மயில்தான்' என்று பாடுகிறாள், 'இந்த மயில் மன்மதனின் அம்புகளைத் தடுக்க உதவும்!'

'காமன் கணைகளைத் தடுத்திடவே,
காதல் மயில் துணையென வருகிறது!'

அவன் சிலிர்த்துப்போகிறான், 'நீ பேசினா எனக்குள்ள மோகம்ங்கற தீ அடிக்குது' என்கிறான். 'அதனால் என்ன? அந்தத் தீயை அணைக்க ஒரு ஜீவநதி, பக்கத்திலயே இருக்கேனே!' என்று அவன் இதழில் கதையெழுதத் தொடங்குகிறாள் அவள்:

'மையல் தந்திடும் வார்த்தைகளே

மோகம் எனும் நெருப்பினைப் பொழிகிறது!'
'மோகம் நெருப்பாக,
அதைத் தீர்க்குமொரு ஜீவநதி
அருகினில் இருக்குது!'

மயில் தோகையைப் பெண்ணின் கூந்தலுக்கு ஒப்பிடும் இன்னோர் அழகான பாடல் ஐங்குறுநூறில் இருக்கிறது. எழுதியவர் ஓரம்போகியார்.

இந்தக் காதலன் ஆற்றங்கரையில் இருக்கிறான். தன் காதலியைப் பார்க்கிறான்.

அவள் கரையில் உள்ள மருதமரத்தில் ஏறுகிறாள், அங்கிருந்து நீருக்குள் பாய்ந்து விளையாடுகிறாள்.

இந்தக் காட்சியைப் பார்த்த காதலன், 'இவள் வானத்திலிருந்து இறங்கும் மயிலா?' என்கிறான், 'அந்த மயிலின் தோகைதான் இவளுடைய கூந்தலா?'

விசும்புஇழி தோகைச் சீர்போன்றிசினே
பசும்பொன் அவிர்இழை பைய நிழற்றக்
கரைசேர் மருதம் ஏறிப்
பண்ணை பாய்வோள் தண்நறும் கதுப்பே!

மயிலின் அழகுமட்டுமா? மற்ற அம்சங்களும் பெண்ணுக்கு உவமையாகும்.

ஒரு காட்டில் மயில் முட்டையிடுகிறது. அந்த முட்டை ஒரு பாறையின்மீது இருக்கிறது.

அப்போது அங்கே ஒரு குரங்கு வருகிறது. மயிலின் முட்டையைப் பந்துபோல் உருட்டி விளையாடுகிறது.

குரங்குக்கு விளையாடும் மகிழ்ச்சி. ஆனால் மயிலுக்கு, தன்னுடைய முட்டை இப்படி உருட்டப்படுகிறதே என்கிற கவலை.

'நானும் அந்த மயில்போலதான்' என்று ஒரு காதலி சொல்லாமல் சொல்கிறாள். குறுந்தொகையில் கபிலர் எழுதிய ஒரு பாடலில்.

இங்கே காதலி தன்னை மயிலுக்கு ஒப்பிட்டுக்கொள்வது அழகால் அல்ல. காதலன் அவளைப் பிரிந்து செல்ல நினைக்கிறான். அதை எண்ணி அவள் வருந்துகிறாள், குரங்கு உருட்டி விளையாடும் முட்டையைப் பார்த்து மயில் வருந்துவதுபோல.

'அந்தக் குரங்குக்கு மயிலின் உள்ளம் தெரியவில்லை, அதுபோல, உனக்கு என் உள்ளம் புரியவில்லை, என்னைப் பிரிந்து செல்கிறேன் என்று சொல்லி அழவைக்கிறாயே!' என்று எண்ணுகிறாள் அவள்.

இதைப் பார்த்த அவளுடைய தோழி, அவளைத் தேற்ற முயற்சி செய்கிறாள், 'கவலைப்படாதே, உன்னைக் கல்யாணம் செஞ்சுக்கறதுக்குப் பொருள் சேர்க்கறதுக்காகத்தான் அவன் வெளியூர் போயிருக்கான், பணம் சம்பாதிச்சுகிட்டுச் சீக்கிரமாத் திரும்பி வந்துடுவான்' என்கிறாள்.

அவள் என்னதான் சொன்னாலும், காதலியின் மனம் மாறவில்லை. 'அவன் பிரிவைப் பொறுத்துக்கொண்டு இருக்கும் வலிமை எனக்கு இல்லை' என்கிறாள்.

> கான மஞ்ஞை அறைஈன் முட்டை
> வெயில்ஆடு முசுவின் குருளை உருட்டும்
> குன்ற நாடன் கேண்மை என்றும்
> நன்றுமன் வாழி, தோழி! உண்கண்
> நீரோடு ஒராங்குத் தணப்ப
> உள்ளாது ஆற்றல் வல்லுவோர்க்கே!

'அவனைக் காதலித்தது எனக்குத் துன்பம்தான் தருகிறது' என்பது இந்தக் காதலியின் கருத்து. காரணம், அவனுடன் பழகுகிறவர்கள் இந்தப் பிரிவுக்குத் தயாராக இருக்கவேண்டும். கண்ணில் நீர் வடியாமல் மனத்துக்குள் அவனை எண்ணி வருந்தாமல் அவன் வருவான் என்று பொறுத்துக்கொண்டிருக்கவேண்டும். அதெல்லாம் இயலாவிட்டால், இப்படித் தவிக்கவேண்டியதுதான்.

இன்னொரு காதலி, இவளும் மயிலைத்தான் பார்க்கிறாள். ஆனால், அதன் அழகை அவள் ரசிக்கவில்லை.

மயில் அழகிய பறவைதானே? அதன்மேல் என்ன கோபம்?

மழை வந்தால் மயில் மகிழ்ச்சியாக நடனம் ஆடும் என்று கேள்விப்பட்டிருக்கிறோம். மழை வருவதற்குமுன் வானத்தில் இடி இடிக்க, அதைக் கேட்டவுடன் மயில் எதிர்பார்ப்போடு அகவும், அந்தக் குரல் 'சீக்கிரம் மழை பெய்யட்டும்' என்று கூறுவதுபோல் இருக்கும். இதுதான் அந்தக் காதலிக்குப் பிடிக்கவில்லை.

அவளுடைய காதலன், மழைக்காலத்தில் திரும்ப வருவதாகச் சொல்லிவிட்டுச் சென்றிருக்கிறான். ஆனால், இன்னும் வரவில்லை.

இப்போது, வானத்தில் மின்னலும் இடியும் எழுகிறது. அதைப் பார்த்து இவள் தவிக்கிறாள், 'மழை வந்துவிடுமோ? என் காதலன் எங்கே?'

அந்த நேரம் பார்த்து, மயில் வானத்தைப் பார்த்து, 'மழையே, பெய்' என்பதுபோல் அகவுகிறது.

காதலி 'வராதே' என்று சொல்லும் மழையை இந்த மயில் 'வா' என்று அழைத்தால் என்ன அர்த்தம்? அதனால்தான் அவளுக்குக் கோபம். இதுவும் குறுந்தொகைப் பாடல்தான், கோவதத்தன் எழுதியது:

> என்னனப்படும்கொல் தோழி! மின்னுபு
> வான்ஏர்பு இரங்கும் ஒன்றோ? அதன்எதிர்
> கான மஞ்ஞை கடிய ஏங்கும்
> ஏதில கலந்த இரண்டற்கு என்
> பேதை நெஞ்சம் பெருமலக்குறுமே!

இன்னொரு குறுந்தொகைப் பாடலிலும் இதேபோன்ற காட்சி. காதலன் வெளியூர் சென்றிருக்கிறான். மழைக்காலத்தில் திரும்ப வருவதாகச் சொல்லிச் சென்றுள்ளான்.

இப்போது, மழைக்காலம் வந்துவிட்டது. அவன் வரவில்லை. காதலி வருந்துகிறாள். தோழிக்கு அவளைச் சமாதானப்படுத்துவதற்காக, 'மழைக்காலம் இன்னும் வரலை' என்கிறாள்.

'அப்போ இங்கே பெய்யறது என்னவாம்?'

'அது போன மழைக்காலத்துல பெய்யாம மீதி இருந்த தண்ணி, அதைத்தான் வானம் இப்போ கொட்டுது!'

'அப்போ இந்த மயிலெல்லாம் ஆடுதே!'

'மேகம் இடிக்கிற சத்தத்தைக் கேட்டு ஆடுது. அவ்ளோதான்!'

'பிடவ மலரெல்லாம் பூத்திருக்கே.'

'அதுவும் இந்தப் பொய் மழையைப் பார்த்து ஏமாந்துடுச்சு' என்கிறாள் தோழி. 'இந்த மயில், மலரெல்லாம் முட்டாளுங்க, மழைக்காலம் இன்னும் வரலை, என்னை நம்பு!'

இந்தப் பாடலை எழுதியவர் இடைக்காடன்:

மடவ, வாழி! மஞ்ஞை மாயினம்
காலமாரி பெய்துஎன அதன்எதிர்
ஆலலும் ஆலின, பிடவும் பூத்தன,
கார்அன்று இகுளை, தீர்க நின் படரே,
கழிந்த மாரிக்கு ஒழிந்த பழநீர்
புதுநீர் கொளீஇய உகுத்தரும்
நொதுமல் வானத்து முழங்குகுரல் கேட்டே.

ஒரு காதலி, வீதியில் நடந்து வருகிறாள். அவள் காதலன் வானத்தைப் பார்க்கிறான், 'மழை வருமோ?'

'ஏன் அப்படிச் சொல்றே?'

'இதோ, மயில் ஆடுதே!' என்று அவளைக் காண்பித்துச் சொல்கிறான் அவன், 'மழை வந்தால்தானே மயில் ஆடும்?'

வைரமுத்துவின் கற்பனை இது:

‘தோகை இளமயில் ஆடி வருகுது,
வானில் மழை வருமோ!’

நிஜ மழை மட்டுமல்ல, இசை மழைக்கும் மயில் வரும் என்று வைரமுத்துவே இன்னொரு பாடலில் எழுதுகிறார்:

‘இசையென்னும் மழை வரும்,
இனி எந்தன் மயில் வரும்!’

அழகுக்கு மயில் உவமை என்றால், அதற்கு எதிரான உவமை காக்கை. அதுவும் அழகுதான், ஆனால் ஒப்பிடுவதற்காக எதையாவது தாழ்த்திச்சொல்வது வழக்கமாகிவிட்டது.

காதல் வந்ததும், அந்தக் காக்கைகூட மயிலாகிவிடும் என்கிறார் கபிலன்:

‘வானவில் உரசியே பறந்ததும்
இந்தக் காக்கையும் மயிலென மாறியதே!’

10

ஒரு பெரிய மலை.

அதன்மேலே யானைகள் திரிந்துகொண்டிருக்கின்றன. அவற்றுக்குத் தலைவனாக ஒரு யானை.

அந்தத் தலைவன் யானை தன்னுடைய தொண்டர்களுக்குச் சாப்பாடு கொடுக்கிறது. மலையில் கிடைக்கும் மூங்கில்கள், தழைகளை ஒடித்துத் தருகிறது. அவர்கள் சாப்பிடுவதை மகிழ்ச்சியோடு பார்க்கிறது.

அதே நேரம், மேலே மின்னல் வெட்டுகிறது. மேகங்கள் கனமழை பொழியத் தொடங்குகின்றன. குளிர் அதிகரிக்கிறது. இருளும் வருகிறது.

அந்த நேரத்தில், ஓர் இளைஞன்மட்டும் அத்தனை மழை, குளிர், இருட்டிலும் நடந்துகொண்டிருக்கிறான். ஏன்?

‘என் காதலியைப் பார்க்கணும்’ என்கிறான் அந்த இளைஞன்.

‘என்ன அவசரம்? இத்தனை மழையில போகணுமா? நாளைக்குப் பார்த்துக்கலாமே!’

‘ம்ஹூம், இன்னிக்கே பார்க்கணும், தினமும் பார்க்கணும்’ என்கிறான் அவன்.

'அப்படி என்னய்யா காதலிமேல ஆசை உனக்கு?'

'நீ என் காதலியைப்பார்த்திருக்கியா? பார்த்தா இப்படிச் சொல்லமாட்டே, அவ பெரிய அழகி, அவ போட்டுக்கிட்டிருக்கிற நகை ஒவ்வொண்ணும் அப்படியொரு அழகு, அவளோட மென்மையான உடம்பும், வளைஞ்சு, திரண்ட தோளும்... அதையெல்லாம் பார்க்காட்டி எனக்குத் தூக்கமே வராது!'

'சரி, அவ எங்கே இருக்கா?'

'அதோ, அந்தக் கிராமத்துலதான்!'

'என்ன விளையாடறியா? நீ இந்தக் காட்டைத் தாண்டிதான் அந்தக் கிராமத்துக்குப் போகணும்!'

'ஆமா, அதுக்கென்ன?'

'தம்பி, உனக்குக் காட்டைப்பத்தித் தெரியாதுன்னு நினைக்கறேன். பகல் நேரத்துலயே அங்கே கொடிய மிருகங்கள் திரியும். இப்போ இருட்டு வேற, யாராவது வந்தா மேலே பாயலாம்ன்னு புலி காத்திருக்கும்.'

'உண்மைதான்!'

'இதெல்லாம் தெரிஞ்சுமா அந்தக் காட்டுவழியா இந்த நேரத்துல போறே?'

'ஆமா, அவளைச் சந்திக்க இது ஒண்ணுதானே வழி!' என்கிறான் அவன். 'உங்ககிட்ட பேச எனக்கு நேரமில்லை. நான் கிளம்பறேன்' என்று மழையில் நடக்கிறான்.

அங்கே அவனுடைய காதலியும் தவிப்பில்தான் இருக்கிறாள். ஒன்றல்ல, இரண்டு தவிப்புகள்.

முதலில், காதல் தவிப்பு. இன்னொன்று, காதலன் இப்படி ஆபத்தான வழியில் இரவு நேரத்தில் வருகிறானே என்கிற பயம், அவனுக்கு ஏதும் ஆகிவிடக்கூடாதே என்கிற எண்ணம்.

ஏன் இத்தனை சிரமப்படவேண்டும்? அவனை வராதே என்று சொல்லிவிடலாமே!

'அது சாத்தியமில்லை' என்கிறாள் அவள். 'அவனோட குளிர்ச்சியான, சந்தனம் மணக்கிற நெஞ்சைத் தினமும் கட்டிப்பிடிச்சாதான் எனக்கு நிம்மதி. இல்லைன்னா, உடம்பு மெலிஞ்சுபோய் வளையலெல்லாம் கழன்று விழுந்துடும்!'

'சரி, குறைஞ்சபட்சம் ராத்திரி நேரத்துல இல்லாம, பகல் நேரத்துலயாவது சந்திக்கலாமே!'

'நல்ல யோசனைதான். ஆனா, நாங்க பகல் நேரத்துல சந்திக்கப்போய், ஒருவேளை அம்மாவுக்கு எங்க காதல் விஷயம் தெரிஞ்சுடுச்சுன்னா?' என்று கவலைப்படுகிறாள் அவள், 'ஒருவேளை, இந்த ஊர்ப் பொண்ணுங்க எங்களை ஒண்ணாப் பார்த்துட்டாங்கன்னா, ரொம்பக் கேவலமாப் பேசுவாங்களே!'

தோழி யோசிக்கிறாள், 'இப்படி இவன் கஷ்டப்பட்டு ராத்திரி நேரத்துல ஆபத்தைக் கடந்து வர்றதைவிட, இவங்க பகல்ல சந்திக்கறதே நல்லது' என்று தீர்மானிக்கிறாள். காதலனிடம் சென்று பேசுகிறாள். 'தோன்றிப்பூ, வேங்கைப்பூ மணக்கிற குளிர்ச்சியான, பெரிய மலை நாட்டைச் சேர்ந்த தலைவா, இனிமே இவளைப் பார்க்க ராத்திரி நேரத்துல வராதே, பகல் நேரத்துல வா' என்கிறாள், 'அதனால உங்க காதல் ஊருக்குத் தெரிஞ்சாலும் பரவாயில்லை, நாலு பேர் நாலுவிதமாப் பேசினாலும் பரவாயில்லை. நீங்க மகிழ்ச்சியா இருந்தாப் போதும்!'

கபிலர் எழுதிய அகநானூற்றுப் பாடல் இது. அந்த மலை வர்ணனையும், மழை வர்ணனையும், அதில் நடந்துவருகிறவனுடைய தைரியமும், அவளைக் காணாமல் தூங்கமாட்டேன் என்கிற பிடிவாதமும், அவனைத் தழுவினால்தான் நான் வாழ்வேன் என்கிற இவளுடைய நேசமும், இவர்கள் இருவர்மீது தோழிக்கு இருக்கும் அக்கறையும், பகல்

நேரச் சந்திப்பில் வரும் இடையூறுகளும் பல விஷயங்களைத் தெரிவிக்கின்றன:

‘கிளைபாராட்டும் கடுநடை வயக்களிறு
முளைதருபு ஊட்டி வேண்டு குளகு அருத்த,
வாள்நிற உருவின் ஒளிறுபு மின்னிப்
பரூஉ உறைப் பஃறுளி சிதறி, வான் நவின்று
பெருவரை நளிர்சிமை அதிர வட்டித்துப்
புயல் ஏறு உரைஇயல் இருள் நடுநாள்
விறல்இழைப் பொலிந்த காண்புஇல் சாயல்
தடைஇத் திரண்ட நின்தோள் சேர்புஅல்லதைப்
படாஅ ஆகும் எம்கண் என நீயும்
இருள்மயங்கு யாமத்து இயவுகெட விலங்கி
வரிவயங்கு இரும்புலி வழங்குநர்ப் பார்க்கும்
பெருமலை விடர்அகம் வரல் அரிது என்னாய்,
வர எளிதாக எண்ணுதி, அதனால்
நுண்ணிதில் கூட்டிய படுமாண் ஆரம்
தண்ணிது கமழும் நின்மார்பு ஒருநாள்
அடைய முயங்கேம்ஆயின் யாமும்
விறல்இழை நெகிழச் சாஅய்தும் அதுவே
அன்னை அறியினும் அறிக, அலர்வாய்
அம்பல் மூதூர் கேட்பினும் கேட்க,
வண்டுஇறை கொண்ட எரிமருள் தோன்றியொடு
ஒண்பூ வேங்கை கமழும்
தண்பெரும் சாரல் பகல்வந்தீமே.’

இன்னொரு காதலி, அவளுடைய காதலனும் அவளைப் பார்க்க இரவு நேரத்தில் வருகிறான். ஆனால், அவளைக் காணவில்லை. தோழிதான் வந்து நிற்கிறாள்.

‘என் காதலி எங்கே?’ என்கிறான் அவன்.

‘இரவு நேரத்தில அவளைப் பார்க்கறது சிரமம்’ என்று விளக்குகிறாள் தோழி, ‘பகல் நேரத்துல வா, மனசுபோல நீங்க பேசலாம், கட்டிப்பிடிச்சுக் கொண்டாடலாம்!’

‘அது சரி, ஆனா ஏன் இரவு நேரத்துல வரக்கூடாது?’

‘என் தோழியோட அம்மா, அவளைக் கட்டிப்பிடிச்சுக்கிட்டுப் படுத்திருக்காங்க!’

‘அவ தூங்கிட்டாளா?’

‘எப்படித் தூங்குவா? உன் நினைப்பாதான் இருக்கா. ஆனா, அம்மா கட்டிக்கிட்டுப் படுத்திருக்கும்போது எப்படி எழுந்து வர்றது!’

‘இப்ப நான் என்ன செய்யறது?’

‘நாளைக்கு அந்த மலையருவிக்குப் பக்கத்துல வந்துடு, நானும் என் தோழியும் அங்கே வர்றோம், அதுக்கப்புறம் நீங்க ரெண்டு பேரும் ஆனந்தமாக் குளிச்சு விளையாடலாம், அதுதான் நீங்க சந்திக்கச் சரியான நேரம்!’

இந்தக் குறுந்தொகைப் பாடலை எழுதியவர், உறையூர் முதுகூற்றன்:

‘ஆர்கலி வெற்பன் மார்பு புணையாகக்
கோடுஉயர் நெடுவரைக் கவாஅற் பகலே
பாடு இன்அருவி ஆடுதல் இனிதே,
நிரைஇதழ் பொருந்தாக் கண்ணோடு இரவில்
பஞ்சி வெண்திரிச் செஞ்சுடர் நல்இல்
பின்னுவீழ் சிறுபுறம் தழீஇ
அன்னை முயங்கத் துயில் இன்னாதே.’

காதலன் இரவில் வந்தால் காதலிக்கு இந்தவிதமான பிரச்னை, வராவிட்டால், வேறுவிதமான பிரச்னை.

திருக்குறளில் வரும் ஒரு காதலி இரவைப் புதுமையாக வர்ணிக்கிறாள், ‘கொடியவர்களின் கொடுமையைவிடக் கொடியது இந்த இரவு’ என்கிறாள்.

ஏன்?

காதலன் அருகே இல்லை. ஆகவே, இரவு நீண்டுகொண்டே செல்கிறது. அதனைத் தாங்க அவளால் இயலவில்லை.

> 'கொடியார் கொடுமையின்தாம் கொடிய இந்நாள்
> நெடிய கழியும் இரா!'

இன்னொரு காதலி, 'மாலை நேரமே கஷ்டம்' என்கிறாள்.

'அப்படியானால், இரவு பரவாயில்லையா?'

'அது இன்னும் கஷ்டம்!'

'எப்படி?'

'வெயில் தணிஞ்சு மாலை நேரம் வரும்போது, அது ஒரு பெரிய கடல்மாதிரியும், நான் அதுல விழுந்துட்டமாதிரியும் உணர்வேன், கஷ்டப்பட்டு உயிரைக் கையில பிடிச்சுக்கிட்டு நீந்திவருவேன்.'

'ஆனா, அப்படி வந்து என்ன பிரயோஜனம்? அடுத்து இரவுங்கற வெள்ளம் வந்துடுதே, அது கடலைவிடப் பெரிசா இருக்கே!'

குறுந்தொகையில் வரும் பாடல் இது. எழுதியவர் பெயர் தெரியவில்லை. ஆகவே, 'கங்குல் வெள்ளத்தார்' என்று பாடலிலிருந்து ஒரு சொல்லை எடுத்து அவருக்குப் பெயராக்கிவிட்டார்கள்.

> 'எல்லை கழிய, முல்லை மலர,
> கதிர் சினம் தணிந்த கையறு மாலை,
> உயிர் வரம்பாக நீந்தினம், ஆயின்
> எவன்கொல் வாழி? தோழி!
> கங்குல் வெள்ளம் கடலினும் பெரிதே!'

திருக்குறளில் 'பொழுதுகண்டிரங்கல்' என்று ஓர் அதிகாரமே இருக்கிறது. அனைத்தும் காதலனைப் பிரிந்த காதலி மாலை நேரத்தை எண்ணிப் பாடும் பாடல்கள்.

ஒருத்தி, 'நீ மாலையா? இல்லை! காதலர்களுடைய உயிரைக்

குடிக்கும் வேல்' என்கிறாள்:

'மாலையோ, அல்லை! மணந்தார் உயிர் உண்ணும்
வேலை நீ, வாழி, பொழுது!'

இன்னொருத்தி அதே மாலையை வாளென்று வர்ணிக்கிறாள். போர்க்களத்தில் பகைவர்கள் வீசும் வாளைப்போல, இந்த மாலை நேரம் அவளைத் துன்புறுத்துகிறது:

'காதலர் இல்வழி மாலை, கொலைக்களத்து
ஏதிலர்போல வரும்.'

அடுத்தவள் கொஞ்சம் வித்தியாசமாக, அந்த மாலையின்மீது இரக்கப்படுகிறாள், 'என்னைமாதிரியே நீயும் கவலையில இருக்கிறாப்போல தெரியுதே, என்னாச்சு?' என்று விசாரிக்கிறாள், 'உன்னோட காதலனும் உன்னைப் பிரிஞ்சுபோயிருக்கானா? நீயும் அவன் வர்ற நாளை எண்ணிக் காத்திருக்கியா?'

'புன்கண்ணை! வாழி, மருள்மாலை, எம்கேள்போல்
வன்கண்ணதோ நின் துணை?'

'மாலைமட்டுமில்லை, இந்த ஊரே துன்பத்துலதான் இருக்கு' என்கிறாள் இன்னொரு காதலி. அவளுடைய துயரம் ஊருக்கே இருப்பதுபோல் அவளுக்குத் தோன்றுகிறது:

'பதிமருண்டு பைதல் உழக்கும் மதிமருண்டு
மாலை படர்தரும் போழ்து.'

இன்னொரு காதலி, 'இந்த மாலைப்பொழுதுக்குத் தைரியம் ரொம்ப ஜாஸ்தி' என்கிறாள், 'என் காதலன் பக்கத்துல இருந்தபோது, பயந்து பயந்து ஓடும், இப்ப அவன் இல்லைன்னதும் என் பக்கத்துல வந்து என்னைத் துன்புறுத்துது!'

'பனிஅரும்பிப் பைதல்கொள் மாலை, துனிஅரும்பித்
துன்பம் வளர வரும்!'

'அவன் என்னோட இருக்கும்போது, மாலை நேரம் ரொம்ப

இனிமையா இருந்தது' என்கிறாள் ஒருத்தி, 'அதே மாலைக்கு இப்படி ஒரு கொடுமையான முகம் இருக்கும்ன்னு இப்பதான் தெரிஞ்சுகிட்டேன்!'

'மாலை நோய்செய்தல் மணந்தார் அகலாத
காலை அறிந்ததிலேன்!'

காதலனைப் பிரிந்திருக்கும்போது, மாலைதான் துன்பம் தருகிறது. காலை?

'அதுவும் துன்பம்தான். ஆனால் மாலைநேரத்தோட ஒப்பிட்டா, காலை எவ்வளவோ பரவாயில்லை' என்கிறாள் ஒரு காதலி, 'இந்தக் காலை நேரத்துக்கு நான் என்ன நன்மை செஞ்சேனோ தெரியலை, அது என்னைத் தொந்தரவு செய்யறதே இல்லை, ஆனா, இந்த மாலை நேரத்துக்கு என்மேல என்ன கோபமோ, தினமும் போட்டு வருத்துது!'

'காலைக்குச் செய்த நன்று என்கொல், எவன்கொல் யான்
மாலைக்குச் செய்த பகை!'

ஒரு பெண் 'மாலைமேல எந்தத் தவறும் இல்லை' என்கிறாள், 'எல்லாம் இந்தக் காதலால வந்த குழப்பம்!'

'முதல்ல காலை வருது, அப்போ என் மனசுல காதல் அரும்புது, அப்புறம், பகல்முழுக்க அது வளருது, மாலை நேரத்தில மலருது. அவ்ளோதான்!'

ஆனால், காதலனோடு இருக்கும்போது, காதல் இனிமையாக மலரும். பிரிந்திருக்கையில், அதே காதல் நோயாக மலரும்.

'காலை அரும்பிப் பகலெலாம் போதாகி
மாலை மலரும் இந்நோய்!'

மாலை நேரம் வருவதை அறிவிப்பதுபோல, ஆயன் புல்லாங்குழல் இசைக்கிறான். 'இது இசை இல்லை, என்னைக் கொல்லுற ஆயுதம்' என்று ஒரு காதலி சொல்கிறாள், 'இந்த இசையைக் கேட்கும்போதெல்லாம் அவனை நினைக்கத்தோணுதே!'

'அழல்போலும் மாலைக்குத் தூதாகி ஆயன்
குழல்போலும் கொல்லும் படை.'

'அவன் என்னைப் பிரிஞ்சு போனபோது, என் உயிர் அதைத் தாங்காதுன்னு நினைச்சேன். ஆனா எப்படியோ அதைத் தாங்கிக்கிட்டேன்' என்கிறாள் இன்னொரு காதலி. 'அன்னிக்கு அந்தப் பிரிவையே தாங்கின என்னால, இன்னிக்கு இந்த மாலைப்பொழுது தர்ற துன்பத்தைத் தாங்கிக்கமுடியலையே!'

'பொருள்மாலையாளரை உள்ளி மருள்மாலை
மாயும் என் மாயா உயிர்.'

மாலைப்பொழுதை எண்ணி இத்தனை துயரமா? மகிழ்ச்சியாக எதுவும் இல்லையா?

அதற்கும் ஒரு திருக்குறள் இருக்கிறது. ஆனால் அங்கே பேசுவது காதலி அல்ல, காதலன்.

அவன் ஒரு போர் வீரன், அரசனுக்காக இன்னொரு நாட்டின்மீது படையெடுத்துச் சென்றுள்ளான்.

அப்போது, அவனுக்குக் காதலியின் நினைவு வருகிறது, 'என் அரசன் நடத்தும் போர் விரைவில் வெற்றிகரமாக நிறைவடையட்டும்' என்று நினைத்துக்கொள்கிறான். 'அதன்பிறகு, நான் வீட்டுக்குச் செல்வேன், மாலை நேரத்தில் என் காதலியோடு இன்ப விருந்தை அனுபவிப்பேன்!'

'வினைகலந்து வென்றீக வேந்தன், மனைகலந்து
மாலை அயர்கம் விருந்து!'

தஞ்சை ராமையாதாஸ் எழுதிய திரைப்படப்பாடலொன்றில் காதலர்கள் மாலைப் பொழுதை விரட்டுகிறார்கள், இரவுதான் ஆனந்தம் என்கிறார்கள்:

'மயக்கும் மாலைப் பொழுதே நீ போ, போ!
இனிக்கும் இன்ப இரவே, நீ வா, வா!

இன்னலைத் தீர்க்க வா!'

அப்படி என்ன விசேஷம் இரவில்?

'பாலூட்டும் நிலவு தேனூட்டுமே,
பாடும் தென்றல் தாலாட்டுமே,
புன்னை மலர்கள் அன்பினாலே,
போடும் போர்வை தன்னாலே!'

இதெல்லாம் ஒரு பெரிய இன்பமா? சீக்கிரம் விஷயத்துக்கு வாங்க கவிஞரே:

'கனியிதழ் காதல் பசி தீர்க்குமே,
காண்போம் பேரின்பமே,
வானிலும் ஏது வாழ்வு இதுபோலே?
வசந்தமே இனி எந்நாளும்!'

இந்தக் காதலர்கள் மாலையை விரட்டுகிறார்கள், கண்ணதாசனின் திரைப்பாடலொன்றில் வரும் காதலர்களோ, 'மாலைமட்டும் போதும், அதுதான் இன்பம்' என்கிறார்கள்:

'இரவுக்கும் பகலுக்கும் இனியென்ன வேலை?
இதயத்தில் விழுந்தது திருமண மாலை!
காலை என்பது துன்பம், இனிமேல்
மாலை ஒன்றுதான் இன்பம்!'

மாலையில் சந்திக்கும் காரணத்தால், காலையைத் துன்பம் என்று சொன்னாலும், காதலர்களுக்குக் காலையில் ஒரு ரகசிய மகிழ்ச்சியும் இருக்கிறது. இரவில் அவர்கள் நடத்திய ஆனந்த விளையாட்டுகளால், கன்னத்தில், கையில், முதுகில், கழுத்தில், உதட்டில் காயங்கள் ஏற்பட, காலை வந்ததும் அது வெளிச்சமாகிவிடுகிறது. அதைப் பார்த்து இருவரும் கிளுகிளுப்பாகச் சிரித்துக்கொள்கிறார்கள்:

'காலை நேரத்தில் காயங்கள் பார்த்துக்
களிப்பதென்பது கவிதையின் விளக்கம்!'

11

தமிழில் பெரும்பாலும் காரணப் பெயர்கள்தான்.

'கால்' என்றால், நான்கில் ஒரு பங்கு என்பது ஒரு பொருள், உடலில் அது நான்கில் ஒரு பங்கு இருப்பதால், நம்முடைய கால்களுக்கும் அதே பெயர் அமைந்ததாகச் சொல்வார்கள்.

அதேபோல், 'அரை' என்றால் இடுப்பு. அது உடலை சரிபாதியாகப் பிரிக்கிறதல்லவா?

இடுப்புக்கு இன்னொரு பெயர் 'இடை'. உடலின் இடையில் உள்ளதால் அந்தப் பெயர்.

இந்த இடை, காதலர்களுக்குப் பிடித்தமான விஷயம். ஆகவே, கவிஞர்களுக்கும் பிடித்தமானதாகிவிட்டது.

ஒரு காதலன், தன் காதலியை ரசித்துக்கொண்டிருந்தான். அவளுடைய கூந்தலில் மலர் சூடியிருந்ததைக் கண்டான். மகிழ்ந்தான்.

மறுகணம், அந்தப் பூவின் காம்பைக் கண்டான், அதிர்ந்தான். 'பெண்ணே, நீ என்ன முட்டாளா?' என்றான்.

'ஏன் அப்படிச் சொல்றீங்க?'

'பூவோட காம்பைக் கிள்ளாம சூடிக்கிட்டிருக்கியே!'

'அதனால என்ன?'

'பெண்ணே, இந்த மென்மையான பூவோட பாரத்தை உன்னோட மெல்லிய இடை தாங்கும். அந்தக் காம்போட பாரத்தைத் தாங்காது. இனிமே இப்படிச் செய்யாதே!' என்கிறான்.

திருக்குறளில் வரும் காட்சி இது:

> 'அனிச்சப்பூக் கால்களையாள் பெய்தாள் நுசிப்பிற்கு
> நல்ல படாஅ பறை!'

பெண்ணின் இடையை அத்தனை மெலிதாக எழுதுவது மரபு. நிஜத்திலும் *Hour Glass Figure* என்ற பெயரில் மெல்லிய இடை கொண்டிருப்பதைத்தானே பெண்கள் பெரிய விஷயமாக நினைக்கிறார்கள்!

இடைக்கு எவையெல்லாம் உவமையாகும்?

மெலிதாக உள்ள எல்லாமே உவமையாகும். கொடியிடை, மின்னலிடை, துடியிடை (உடுக்கை போன்ற இடை). ஒருபடி மேலே சென்று, இடையே இல்லை என்று சொல்வதும் உண்டு.

உடலமைப்பின்படி பார்த்தால், இடைதான் உடலின் மேல்பகுதியைத் தாங்குகிறது. ஆகவே, அது அந்த அளவு மெலிதாக இருக்க இயலாது. பார்க்க மெலிதாக இருந்தாலும், அங்குள்ள எலும்புகள் வலுவாக இருக்கவேண்டும்.

ஆனால் கவிஞர்கள் அதையெல்லாம் கணக்கில் வைப்பதில்லை. மெலிந்த இடைக்கு மேலே இருக்கிற எல்லாவற்றையும் அதற்குப் பகையாக்கிவிடுகிறார்கள். அவற்றைத் தாங்காமல் இடை வளைகிறது என்று வர்ணிக்கிறார்கள்.

ஒரு காதலன் தன் காதலியைப்பார்த்து, 'உன் இடுப்பு ஒடிஞ்சுடறமாதிரி இருக்கே!' என்கிறான்.

'பரவாயில்லை' என்கிறாள் அவள்.

'ஆனா, அதுவும் நல்லதுதான், இடுப்பு வளைஞ்சு நீ நடக்கற ஓய்யார நடை எவ்ளோ அழகு!'

அதற்கும் அவள் 'பரவாயில்லை' என்றுதான் பதில் சொல்கிறாள்.

அவன் அடுத்து, 'உன்னோட கண் என்னைச் சுடறமாதிரி சிவந்திருக்கு' என்கிறான்.

'பரவாயில்லை! இருக்கட்டும்!'

'உன் கண் என்னைச் சுட்டா என்ன ஆகும் தெரியுமா? நான் கவிஞனாகிடுவேன்!'

'அதனால் என்ன? நல்ல விஷயம்தானே!'

'கவிஞனுடைய கை உன்னைத் தொடத் துடிக்குதே!'

'துடிக்கட்டும்' என்று தள்ளி நின்றுகொள்கிறாள் அவள்.

'கைமட்டுமா? காலும் உன்னைத் தொடர்ந்து வரும்' என்று பின்னாலேயே வருகிறான் அவன்.

'வரட்டும், கொம்பு என்றால் கொடி படரத்தானே செய்யும்!' என்று சிரிக்கிறாள் காதலி.

வாலி எழுதிய திரைப்பாடல் இது:

'ஒடிவதுபோல் இடையிருக்கும்!
இருக்கட்டுமே!
அது ஓய்யார நடை நடக்கும்!
நடக்கட்டுமே!
சுடுவதுபோல் கண் சிவக்கும்!
சிவக்கட்டுமே!
கண் சுட்டுவிட்டால் கவி பிறக்கும்!
பிறக்கட்டுமே!
தொடுவதுபோல் கை துடிக்கும்!
துடிக்கட்டுமே!
தொடர்வதுபோல் கால் தொடரும்!

தொடரட்டுமே!
கொஞ்சம் தொடர்ந்துவந்தால் கொடி படரும்!
படரட்டுமே!'

வாலி எழுதிய இன்னொரு பாடலில், இடை 'பின்னுகிறது' என்கிறார். அதாவது, வெறுமனே வளையவில்லையாம், மிகவும் வளைந்து பின்னிக்கொண்டுவிடுகிறதாம்!

அதெப்படி இடை பின்னிக்கொள்ளும் என்று கேட்கக்கூடாது. அது நூலிடை, ஆகவே, பின்னிக்கொள்வது சாத்தியம்தான்!

'மெல்லிய நூலிடை
பின்னிடப் பின்னிட...'

இன்னொரு திரைக்காதலன், தன் காதலியைப் பார்த்து, 'எனக்கு மழையில் நனைய ஆசை' என்கிறான்.

'மழை வரட்டும், நனையலாம்!'
'வான மழை இல்லை, உன் முத்த மழை!'

அவள் நாணம் கொண்டு, 'வேண்டாம், மழையில் நனைஞ்சா ஜலதோஷம் பிடிக்கும்' என்கிறாள்.

'பரவாயில்லை, உன் கூந்தல் போர்வை இருக்கே, அதால துவட்டிக்குவேன்!' என்று குறும்பாகப் பதில் சொல்கிறான் அவன். பிறகு, 'முத்தம்மட்டும்தானா? உன் இடையைத் தொடும் வரம் என் விரல்களுக்குக் கிடைக்காதா?' என்கிறான்.

வைரமுத்து எழுதிய வரிகள் இவை:

'முத்தமழையில் நனைஞ்சுக்கலாமா,
கூந்தல்கொண்டு துவட்டிக்கலாமா,
விரல் இடை தொட வரம் கொடம்மா!'

இந்த வரிகளைச் சிலாகித்து எழுதியிருந்த நண்பர் கிரி, இதுபற்றி ஒரு கேள்வி எழுப்பியிருந்தார்.

'விரல் இடை தொட வரம் கொடம்மா' என்றால் என்ன அர்த்தம்?

'என்னுடைய விரல், உன்னுடைய இடையைத் தொட வரம் கொடு' என்று அர்த்தமா? அல்லது, 'உன்னுடைய விரல்களும் என்னுடைய விரல்களும் கோத்துக்கொள்ள' அதாவது 'உன் விரலிடைப்பகுதியும் என் விரலிடைப்பகுதியும் தொட்டுக்கொள்ளும் வரம் கொடு' என்று அர்த்தமா?

இவைதவிர மூன்றாவதாக ஒரு பொருளும் உண்டு.

'விரலிடை' என்றால் 'விரல் போன்ற இடை', மெலிதான இடை என்றும் அர்த்தம். கொடியிடை என்றால் கொடி போன்ற இடை, அதுபோல, விரலிடை என்றால் விரல் தடுமனே கொண்ட இடை.

ஆக, 'விரலளவே உள்ள உன் இடையைத் தொட எனக்கு வரம் கொடு' என்று காதலன் கேட்பதாகவும் எண்ணலாம்.

ஒரு காதலன், தன் காதலியைப் பிரிந்து வெளியூர் சென்று பணம் சம்பாதித்துத் திரும்ப எண்ணுகிறான். அதேசமயம் அவளை நினைக்கும்போது, அவனுக்குக் கிளம்ப மனம் வரவில்லை.

ஆகவே, அவன் தன் மனத்துடன் பேசுகிறான், 'நாம அவசியம் வெளியூர் போகணுமா?'

'ஆமா, பணம் வேணுமே!'

'என்கிட்டதான் ஏற்கெனவே பணம் இருக்கே!'

'எங்கே இருக்கு? உன் பேங்க் பேலன்ஸ் கிட்டத்தட்ட பூஜ்ஜியம்ன்னு இப்பதானே எஸ்.எம்.எஸ். வந்தது?'

'பேங்க்ல இருக்கறதுதான் பணமா? இதோ, என் காதலி, இவளைவிடப் பெரிய செல்வம் உண்டா?' என்கிறான் அவன், 'என் சொத்தும் இவதான், நோய் தீர்க்கிற மருந்தும் இவதான், அந்த மெல்லிய இடை, பெரிய தோள், அழகான மார்பு,

நல்ல குணம்... இதையெல்லாம்விடப் பெரிய செல்வம் ஏது?'

கருவூர் ஓதஞானி எழுதிய குறுந்தொகைப் பாடல் இது:

'மருந்துஎனின் மருந்தே, வைப்புஎனின் வைப்பே,
அரும்பிய சுணங்கின் அம்பகட்டு இளமுலைப்
பெருந்தோள் நுணுகிய நுசுப்பின்
கல்கெழு கானவர் நல்குறு மகளே!'

நளன் தன் காதலி தமயந்தியைப் பார்த்து, 'உன் இடை ரொம்பச் சின்னது' என்கிறான்.

அவள் வெட்கப்பட்டு, 'வேற எதாவது பேசலாமே!' என்கிறாள்.

'ம்ஹூம், இதைப்பத்திப் பேசிதான் ஆகணும்' என்கிறான் நளன். 'உன் இடை ஏற்கெனவே ரொம்பச் சின்னது, இப்போ அது இன்னும் தேய்ஞ்சுபோகுது!'

'ஏன் அப்படி? நான் ஜிம்முக்கெல்லாம் போகறதில்லையே!'

'ஆனா, தலையில பூ வைக்கறியே!'

'பூவுக்கும் இடை மெலியறதுக்கும் என்ன சம்பந்தம்?'

'நீ தலையில வெச்சிருக்கிற பூவுல தேன் குடிக்கறதுக்காக வண்டுகள் வருது, அந்த வண்டுகளோட சிறகு அசையும்போது காத்து வருது, அந்தக் காத்து உன் உடைமேல மோதுது, அதைத் தாங்கமுடியாம உன் மெல்லிய இடை அங்கும் இங்கும் அசையுது, இப்படி அசைஞ்சு அசைஞ்சு அது ஒவ்வொரு நாளும் தேய்ஞ்சுகிட்டிருக்கு!'

புகழேந்திப் புலவரின் அபார கற்பனை இது:

'என்றும் நுடங்கும் இடைஎன்ப, ஏழுலகும்
நின்ற கவிகை நிழல்வேந்தே, ஒன்றி
அறுகால் சிறுபறவை அம்சிறகால் வீசும்
சிறுகாற்றுக்கு ஆற்றாது தேய்ந்து.'

நளனாவது தமயந்தியின் இடை தேயக் காற்றைக் காரணமாகச் சொன்னான். கண்ணதாசன் இடை மெலிய வெறும் பார்வையே போதும் என்கிறார். காதலனின் பார்வையாலேயே அவளுடைய இடை மெலிந்துவிடுகிறதாம்.

'என்ன பார்வை, உந்தன் பார்வை,
இடை மெலிந்தாள், இந்தப் பாவை!'

இந்தப் பாடலில் இன்னொரு நயம், தமிழில் 'மெலிதல்' என்றால் இன்னொரு பொருளும் உண்டு, தன்மை குன்றுதல்.

உதாரணமாக, வாரி வழங்கும் ஒரு வள்ளல், திடீரென்று கஞ்சனாகிவிட்டால், அவருடைய வள்ளல்தன்மை மெலிந்துவிட்டது என்று பொருள்.

அதுபோல, 'பார்வை' என்ற சொல்லின் 'இடை'யில் இருக்கும் 'ர்' என்ற எழுத்து மெலிந்துபோனால், அது 'பாவை' என்று மாறும். பார்வையின் இடை மெலிந்தால், பாவை!

இன்னொரு பாடலில், 'இடை ஒரு கொடி' என்று எழுதுகிறார் கண்ணதாசன்.

இது எல்லாரும் சொல்வதுதானே, என்ன விசேஷம்?

அடுத்த இரண்டு வரிகளைக் கவனியுங்கள், இடைதான் கொடி, அதில் பூத்திருக்கும் கனிதான் இதழ், அதற்குமேலே இருக்கும் கண்கள்தான் இன்ப உலகம். இயற்கைக் காட்சியைக் காதல் காட்சியாக்கிவிடுகிறார்:

'இடையொரு கொடி,
இதழொரு கனி,
இன்பலோகமே, உன் கண்கள்தானடி!'

திரைப்பாடல்களைப் பொறுத்தவரை, இடையை வர்ணிப்பதில் வாலிக்குத் தனி இஷ்டம். அவருடைய பாடல்களில் விதவிதமான உவமைகளோடு இடுப்புகள் வந்துசெல்கின்றன.

உதாரணமாக, ஒரு பாடலில் இப்படி எழுதுகிறார்:

> ‘சிறு நூலிடைதான், ஒரு
> இன்பக் கடைதான், உந்தன்
> தேவையை வாங்கிடு!’

நூல்போன்ற இடை. அதை இன்பக் கடை என்கிறார். அதாவது, சூப்பர் மார்க்கெட். அங்கே தனக்கு வேண்டியதைக் காதலன் வாங்கிக்கொள்ளலாமாம். *Self Service!*

இங்கே இடையைக் கடை என்ற வாலி, இன்னொரு பாடலில் அதை நூலகம் என்கிறார். ராப்பகலாகப் படிக்கலாமாம்!

> ‘இளையவளின், இடை ஒரு நூலகம்,
> படித்திடவா? பனிவிழும் இரவுகள் ஆயிரம்!

இன்னொரு பாடலில், ‘இஞ்சி இடுப்பழகி’ என்று ஒரு வரி எழுதுகிறார் வாலி. அதற்கு என்ன அர்த்தம்?

இஞ்சி ஆங்காங்கே மெலிந்திருக்கும், அதுபோல இடை என்று பொருளா? அல்லது சில ‘இஞ்ச்’மட்டுமே சுற்றளவு கொண்ட இடை என்று எடுத்துக்கொள்வதா?

ஆண் கவிஞர்கள் இடுப்பைக் கொடி, நூலகம், இஞ்சி, மஞ்சள் கிழங்கு என்றெல்லாம் வர்ணித்தாலும், எதார்த்தத்தில் பெண்கள் அதை நகைக்கடையாகப் பயன்படுத்திவந்திருக்கிறார்கள்.

‘நுசுப்பில் பல்காசு நிரைத்த’ என்று அகநானூறு பாடலொன்றில் எழுதுகிறார் மதுரைப் போத்தனார். அதாவது, பல காசுகளை வரிசையாகக் கோத்து ஒருத்தி தன் இடுப்பில் அணிந்திருந்தாளாம்.

மேகலை என்று கேள்விப்பட்டிருப்பீர்கள், இடையும் இடைசார்ந்த பகுதிகளிலும் அணிவிக்கப்படுகிற ஆபரணம்.

இதுபற்றித் தமிழில் பல நல்ல பாடல்கள் உண்டு. தோலாமொழித்தேவரின் சூளாமணிப் பாடலொன்று இதை மிக நுணுக்கமாக வர்ணிக்கிறது:

வாமமேகலை முதல்நின்று வயிற்றிடை வளர்ந்த
சாமலேகைகள் மயிர்நிரையல, தலமீது
காமநீர் எரி அகத்தது கனன்று எழ நிமிர்ந்த
தூம லேகைகள் பொடித்தன துணைமுலையுறவே!

ஒரு பெண் மேகலை அணிந்திருக்கிறாள், அந்தப் பகுதியில், அதாவது மேகலைக்குக் கீழாக ஒரு சிறிய, கருமை நிறக் கோடு தெரிகிறது.

உடலியல்ரீதியில் பார்த்தால், அங்கே முடி இருப்பது இயல்புதான். ஆனால், இந்தப் பாடல் அதற்கு வேறொரு காரணத்தைச் சொல்கிறது.

அந்தப் பெண் கொண்ட காதல் பற்றி எரிகிறதாம், அதனால் எழுந்த புகையானது, மேலே உள்ள மார்பகங்களை எட்டுவதற்காகச் செல்கிறதாம், அந்தக் கோடுதானாம் அது!

இவ்வளவு 'அடல்ட்ஸ் ஒன்லி' வர்ணனையா என்று வியப்பதற்குமுன்னால், இன்னொரு விஷயமும் பார்த்துவிடலாம், இடைக்கு மார்பகங்களின்மீது என்ன பகை?

கல்லாடர் எழுதிய கல்லாடத்தில் ஒரு வரி: 'மலைமுலைப்பகையட மாழ்குறு நுசுப்பு.'

அந்தப் பெண்ணின் மலைபோன்ற மார்பகங்கள் தங்களுடைய கனத்தால் அவளுடைய சிற்றிடையை எப்போதும் வருத்திக்கொண்டே இருக்கின்றனவாம். அப்புறம் பகை வராதா என்ன?

எல்லாம் பெண் இடுப்பு வர்ணனையாகவே இருக்கிறதே. ஆணின் இடுப்பைக் கவிஞர்கள் கண்டுகொள்வதில்லையா?

கம்பர் குகனை வர்ணிக்கும்போது, 'இந்திரனுடைய வஜ்ராயுதம்போல் இடுப்பு கொண்டவன்' என்கிறார்.

இங்கே வஜ்ராயுதம் என்பது தொப்பை இல்லாத இடைமட்டுமல்ல, வலிமையின் அடையாளம். பெண்ணின்

இடையை வர்ணிக்கும்போது வடிவத்தைப் புகழ்ந்தவர்கள், ஆணின் இடையைச் சொல்லும்போது அது வலுவாக இருக்கிறது என்கிறார்கள். வீரத்தின் அடையாளமாக!

> பிச்சராம் அன்ன பேச்சினன், இந்திரன்
> வச்சிராயுதம்போலும் மருங்கினான்!

அன்றைய நோக்கில் பெண்ணிடையை நுண்ணிடையாக வர்ணிப்பது போதுமானதாக இருந்தது. ஆனால் இன்றைக்குப் பெண்கள் வீட்டில் காதலர்களுக்கு இனியவர்களாக இருந்துவிடாமல், வெளியே வந்து எல்லாவிதமான பணிகளிலும் ஈடுபடும் சூழ்நிலையில், அவர்களுடைய இடையையும் வெறுமனே அழகு வர்ணனையாகவும் இன்பப் புதையல் என்றும் நிறுத்திவிடாமல், உடலுக்கேற்ற வலுவோடு இருக்கிறது என்று சொல்கிற காதலர்கள், கவிஞர்கள் தேவை. காற்று வீசினால் ஒசியும் இடையெல்லாம் கேட்க அழகு, எதார்த்தத்தில் சரிப்படாது!

இன்னொரு விஷயம், இடை மெலிந்தவர்கள்தான் காதலிக்க ஏற்றவர்களா? தடியிடைப் பெண்களும் ஆண்களும் காதலிப்பதை ஏன் இந்தக் கவிஞர்கள் வர்ணிப்பதில்லை! அது பாரபட்சமல்லவா?

இப்படி எல்லாவற்றிலும் *Political Correctness* பார்த்தால் கவிதையை ரசிக்க இயலாது. வாலியின் இந்த அழகிய வரிகளோடு இந்த இடைப்பேச்சைப் பூர்த்திசெய்வோம்:

> கலையன்னம்போல் அவள் தோற்றம்,
> இடையில் இடையோ கிடையாது,
> சிலைவண்ணம்போல் அவள் தேகம்,
> இதழில் மதுவோ குறையாது!

12

மலைப்பக்கத்திலே புலிக்கும் யானைக்கும் சண்டை.

பார்ப்பதற்குக் குண்டாக இருந்தாலும், யானைக்குப் பலம் அதிகம். சிலசமயம் இந்தச் சண்டையில் யானை ஜெயிக்கிறது, சிலசமயம் புலி ஜெயிக்கிறது.

அன்றைக்கு யானையின் தினம். புலி தோற்றுவிடுகிறது.

அது வலிமையான புலி, சின்னக் கைகள், ஆனால் அவற்றில் நிறைய பலம், ஓங்கி அடித்தால் ஒன்றே முக்கால் டன் அடி விழும். எந்த மிருகமும் சுருண்டு விழவேண்டியதுதான்.

ஆனால் என்ன செய்ய? யானை ஜெயித்துவிட்டதே! அந்தப் புலி பதுங்குகிறது. 'வேற எதாவது சாப்பிடக் கிடைக்குமா?' என்று தேடுகிறது. 'யானைக்குப் பதில் ஒரு நாய் கிடைச்சாக்கூடப் போதும்' என்று எண்ணுகிறது.

அந்த நேரத்தில் ஓர் இளைஞன் அந்தப் பக்கமாக வருகிறான். அவன் தன் காதலியைப் பார்க்கச் செல்கிறான். புலியின் கண்ணில் அவன் பட்டால் என்ன ஆகும்!

அவன் அதைப்பற்றிக் கவலைப்படவில்லை. தொடர்ந்து நடக்கிறான். தன் காதலியைப் பார்க்கவேண்டும் என்ற ஆசை அவனைச் செலுத்துகிறது.

புலிமீது அவனுக்குப் பயமில்லாமலிருக்கலாம். இப்படி ஆபத்தான ஒரு பாதையில் அவன் வருவதை அவனுடைய காதலி தாங்குவாளா? தன் காதலன் நலமாக இருக்கவேண்டுமே என்று அவள் நினைக்கிறாள்.

அதற்காக, அவனை வரவேண்டாம் என்று சொல்லிவிடலாமா?

அதுவும் சாத்தியமில்லை. தினமும் அவனைப் பார்த்தாகவேண்டும். அப்போதுதான் அவளுக்கு மகிழ்ச்சி.

பேசாமல், பகலில் சந்திக்கலாமே.

சிரமம்தான். பகலில் அவள் வீட்டைவிட்டு வெளியே செல்வதற்கு அனுமதி கிடைக்காதே. அந்த நேரத்தில் அவன் வீட்டுக்கு வந்தால் எல்லாரும் பார்த்துவிடுவார்களே.

ஒருநாள், அவளுடைய தாய் அவளை அழைக்கிறாள், 'உனக்கொரு வேலை சொல்லட்டுமா?' என்கிறாள்.

'சொல்லும்மா!'

'நம்ம வயல்ல, தினைப்பயிர் நல்லா விளைஞ்சிருக்கு. அதைக் கொத்தறதுக்குக் கிளிங்க நிறைய வருது!'

'சரி!'

'இனிமே, நீ தினமும் வயலுக்குப்போய், அந்தக் கிளிங்களைக் கவனமாப் பார்த்து விரட்டணும். சரியா?'

அவள் உள்ளம் துள்ளுகிறது. புலி செய்த பிரச்னை கிளியாலே தீர்ந்துவிட்டது என்று மகிழ்கிறாள். உடனடியாக இதற்குச் சம்மதிக்கிறாள். தோழியிடம் ஓடி வருகிறாள், 'இன்னிக்கு ராத்திரி என் காதலன் என்னைச் சந்திக்க வரும்போது, நீ அவன்கிட்ட ஒரு விஷயம் சொல்லணும்' என்கிறாள்.

'என்ன சொல்லணும்?'

'இனிமே என்னைப் பார்க்க அந்த ஆபத்தான வழியில ராத்திரி

நேரத்துல வரவேண்டாம்ன்னு சொல்லணும்!'

'அச்சச்சோ, அப்புறம்? நீங்க எப்படிச் சந்திப்பீங்க?'

'கிளிங்களை விரட்டறதுக்கு நான் தினைவயலுக்கு வருவேன், அங்கே சந்திக்கலாம்ன்னு அதையும் அவன்கிட்ட சொல்லிடு!' என்கிறாள் அவள்.

குறுந்தொகையில் மதுரைப்பெருங்கொல்லன் எழுதிய பாடல் இது:

'வளைவாய்ச் சிறுகிளி விளைதினைக் கடீஇயர்
செல்க' என்றோளே அன்னை என நீ
சொல்லின் எவனோ தோழி! 'கொல்லை
நெடும்கை வன்மான் கடும்பகை உழந்த
குறும்கை இரும்புலிக் கோள்வல் ஏற்றை
பைங்கண் செந்நாய் படுபதம் பார்க்கும்
ஆரிருள் நடுநாள் வருதி,
சார நாட, வாரலோ!' எனவே.

இந்தப் பாடலில் வரும் 'குறும்கை இரும்புலிக் கோள்வல் ஏற்றை' என்ற வரி மிக அழகானது. புலியை வர்ணிக்கும் இதே வரியை அப்படியே கையாண்ட பிற சங்கப் பாடல்கள் உண்டு.

இன்னொரு யானை, இன்னொரு புலி.

ஆனால், இந்தமுறை சண்டையில் புலி வென்றுவிடுகிறது. யானையைக் கொன்றுவிடுகிறது.

இதனால், அந்த யானையின் துணையாகிய பெண் யானை வருந்துகிறது, புலம்புகிறது. அப்படிப்பட்ட மலைநாட்டின் தலைவன் அவன்.

தன் காதலிக்கு அவன் பலவிதமான வாக்குறுதிகளை வழங்குகிறான், 'சீக்கிரத்துல உன்னைப் பெண் கேட்டுத் திருமணம் செஞ்சுக்குவேன்' என்பது அவற்றில் முக்கியமானது.

ஆனால், இந்த வாக்குறுதியை அவன் நிறைவேற்றவில்லை. அதனால், அவள் வருந்துகிறாள்.

ஊருக்குள் அவர்களைப்பற்றிப் பலவிதமான பேச்சுகள் தொடங்குகின்றன. அதெல்லாம் அவளைத் துன்புறுத்துகிறது. அவனோ எதுவும் நடக்காததுபோல் இருக்கிறான்.

ஒருநாள், வழக்கம்போல் இரவு நேரத்தில் அவன் அவளைச் சந்திக்க வருகிறான். ஆனால், அவர்கள் சந்திக்க இயலாதபடி, அதற்குப் பல தடைகள், ஊர்மக்கள் இன்னும் உறங்கவில்லை.

அவள் தவிக்கிறாள், 'குறைந்தபட்சம் அவனைச் சந்திச்சுப் பேசிக்கிட்டிருந்தேன், அதுவும் இந்த ஊருக்குப் பொறுக்கலையா?' என்று எண்ணுகிறாள், 'சீக்கிரம் தூங்கினா என்னவாம்?' என்று யோசிக்கிறாள். 'எங்களுக்குக் கல்யாணம் ஆகிட்டா, இப்படி ஊர் தூங்கணும்ன்னு காத்திருக்கவேண்டியதில்லையே, எப்ப வேணும்ன்னாலும் சந்திச்சுப் பேசலாமே!' என்று எண்ணுகிறாள். தன் காதலன் வீட்டுக்கு வெளியே காத்திருப்பதைப் பார்த்துவிட்டு, தோழியிடம் பேசுவதுபோல் அவனிடம் பேசுகிறாள், 'இந்த ஊருக்கு என்ன ஆச்சு?'

'நான்தான் என் காதலன் சொன்ன வாக்குறுதியை நம்பி ஏமாந்தேன். தூக்கம் வராம மனவருத்தத்துல இருக்கேன்! இந்த ஊருமா காதல்வயப்பட்டிருக்கு? இது ஏன் தூங்காம இன்னும் முழிச்சுக்கிட்டிருக்கு?'

சீத்தலைச்சாத்தனார் எழுதிய குறுந்தொகைப் பாடல் இது:

குறும்கை இரும்புலிக் கோள்வல் ஏற்றை
பூநுதல் இரும்பிடி புலம்பத் தாக்கித்
தாழ்நீர் நனந்தலைப் பெருங்களிறு அடூஉம்
கல்அக வெற்பன் சொல்லின் தேறி
யாம் என்நலன் இழந்தனமே, யாமத்து
அலர்வாய்ப் பெண்டிர் அம்பலோடு ஒன்றிப்
புரையில் தீமொழி பயிற்றிய உரையெடுத்து
ஆனாக் கௌவைத்துஆகத்
தான்என் இழந்தது இவ்அழுங்கல் ஊரே?

இன்னொரு புலி. அதற்கு ரொம்பப் பசி. ஆகவே, யானையை வேட்டையாடுவதற்கு உடம்பில் தெம்பு இல்லை.

'அதனால் என்ன? ஒரு யானைக்குட்டியை வேட்டையாடலாமே' என்று நினைக்கிறது புலி, 'என்னதான் சின்ன சைஸில் இருந்தாலும், அதுவும் யானைதானே?'

அப்போது, அதன் கண்ணில் ஒரு யானைக்குட்டி படுகிறது. தத்தக்கா புத்தக்கா என்று அது நடந்துவருகிறது.

அதைப் பார்த்த புலி, பலாப்பழம் தொங்கும் மரத்தின் நிழலில் ரகசியமாகப் பதுங்குகிறது. எப்போது அதன்மீது பாயலாம் என்று பார்க்கிறது.

இந்தக் காட்சியை வர்ணித்து, 'அப்படிப்பட்ட மலைநாட்டின் தலைவன், உன் காதலன்' என்று ஒரு காதலியிடம் பேசுகிறாள் ஒரு தோழி.

அவள் சொல்வதை வெளியே நின்று அந்தக் காதலன் கேட்டுக்கொண்டிருக்கிறான். அதன் உட்பொருள் அவனுக்குப் புரியுமா?

அடுத்த வரியில் விஷயத்தைப் போட்டு உடைத்துவிடுகிறாள் தோழி, 'பெண்ணே, உன்னுடைய காதலன் உன்னைத் திருமணம் செய்துகொள்ள வரவில்லை, அதனால் நீ வாடியிருக்கிறாய்! ஒரு தளிர்போல மென்மையாக இருக்கும் உன் மேனி, இப்போது பறிக்கப்பட்ட தளிரைப்போல ஆகிவிட்டது. மெலிந்துபோயிருக்கிறாய். மிகவும் வருந்துகிறாய். இது சரியா?'

ஐங்குறுநூறில் கபிலர் எழுதிய பாடல் இது:

குறும்கை இரும்புலிக் கோள்வல் ஏற்றை
நெடும்புதல் கானத்து மடப்பிடி ஈன்ற
நடுங்குநடைக் குழவி கொளீஇய பலவின்
பழம்தூங்கு கொழுநிழல் ஒளிக்கும் நாடற்குக்
கொய்திடு தளிரின் வாடிநின்
மெய்பிறிது ஆதல் எவன்கொல் அன்னாய்!

புலி வேகமான மிருகம், வலிமை வாய்ந்த மிருகம் என்பதால், அதை ஆணுக்கு உவமையாகச் சொல்வது வழக்கம்.

அதேபோல், மருண்ட பார்வை, அழகிய தோற்றம் கொண்ட மான், பெண்ணுக்கு உவமை ஆகும்.

ஒரே பிரச்னை, புலி மானை வேட்டை ஆடிவிடுமே.

ஆனால், அந்தக் கதை காட்டில்தான் என்கிறார் பா. விஜய். நாட்டுக்குள், மான்தான் புலியை வேட்டையாடும். காட்டில் நடக்கும் கதை வேறு, கட்டிலில் நடக்கும் கதை வேறு!

'புலி மானை வேட்டைதான் ஆடிடுமே காட்டில்,

மான் புலியை வேட்டைதான் ஆடுமிடம் கட்டில்!'

வைரமுத்து 'கட்டில் என்பதும் ஒரு காடுதான்' என்கிறார். 'கட்டில் காட்டுப் புலி' என்று ஆணை வர்ணிக்கிறார் அவர்.

அந்தக் காதலன் தன் காதலியை 'வெள்ளாடு' என்கிறான். ஏன்?

'முத்தமிடும்போது என் மீசையை மேய்கிறாயே!' என்று சிரிக்கிறான் அவன், 'இது என்ன புல்லா? இதில் ருசியுண்டா? ஆசை கொண்ட வெள்ளாடே, உனக்கு அவ்வளவு பசியா?'

'நீமட்டும் என்னவாம்? கட்டில் காட்டில் புலியாகக் கலகம் செய்கிறாயே' என்று அவன்மீது சாய்கிறாள் அவள்.

'ஆசைப்பட்ட வெள்ளாடே,
மீசைப்புல்லை மேயாதே!
மேலும் மேலும் பசியா? என்
மீசையில் என்ன ருசியா?
கலகம் செய்வது சரியா? நீ
கட்டில் காட்டுப் புலியா?'

ஒருத்தி காதல்வயப்பட்டிருக்கிறாள். அதனால், அவளுடைய உடலில் பல மாற்றங்கள், மெலிந்துபோகிறாள், ஏக்கத்தில் வாடியிருக்கிறாள்.

இதைப் பார்த்த அவளுடைய தாய்க்குக் குழப்பம், 'என் மகளுக்கு ஏதோ ஆகிவிட்டது' என்று கவலைப்படுகிறாள். அவளுடைய நோயைத் தீர்ப்பதற்காக, வழிபாட்டுக்கு ஏற்பாடு செய்கிறாள்.

ஆனால், இதனால் அந்தப் பிரச்னை சரியாகவில்லை. அவள் இன்னும் வருத்தத்தில்தான் இருக்கிறாள்.

ஒருநாள், காதலன் அவளைப் பார்க்க வருகிறான். அவனுக்குப் புரியும்வண்ணம் நடந்ததைச் சொல்கிறாள் தோழி.

'பெண்ணே, உன்னுடைய நோய் எதனால் ஏற்பட்டது என்று எனக்குத் தெரியும், இதைச் சரி செய்யும் வழியும் எனக்குத் தெரியும். நான் சென்று உன் காதலனிடம் பேசட்டுமா?'

'அவனுடைய மலைநாட்டில், புலியும் யானையும் சண்டையிடுகின்றன. அதில் புலி வென்றுவிடுகிறது, ஆண் யானையை அது கொன்றுவிடுகிறது.'

'இதனால், பெண் யானை வருந்துகிறது, நெய்தலின் பசுமையான இலை போன்ற காது கொண்ட தன்னுடைய குட்டியை அணைத்துக்கொண்டு நிற்கிறது!'

'அப்படிப்பட்ட நாட்டின் தலைவன், அவன் உன்னைப் பெண் கேட்டு வரவில்லை. அதனால்தான் நீ இப்படி நோயில் இருக்கிறாய். இந்த விஷயத்தை நான் அவனிடம் சொல்லட்டுமா? சொன்னால் உன் துயரம் தீருமல்லவா?'

குறுந்தொகையில் நல்வெள்ளியார் எழுதிய பாடல் இது:

பெரும்களிறு உழுவை அட்டுஎன இரும்பிடி
உயங்குபிணி வருத்தமொடு இயங்கல் செல்லாது
நெய்தல் பாசுஅடை புரையும் அம்செவிப்
பைதல்அம் குழவி தழீஇ ஒய்என
அரும்புண் உறுநரின் வருந்தி வைகும்
கானகநாடற்கு இது என யான் அது
கூறின் எவனோ, தோழி! வேறுஉணர்ந்து
அணங்குஅறி கழங்கின் கோட்டம் காட்டி

வெறிஎன உணர்ந்த உள்ளமொடு மறிஅறுத்து
அன்னை அயரும் முருகுநின்
பொன்நேர் பசலைக்கு உதவாமாறே!

ஒரு காதலி, அவளுடைய காதல் விஷயம் இன்னும் பெற்றோருக்குத் தெரியாது.

இந்த நேரத்தில், யாரோ அவளைப் பெண் கேட்டு வருகிறார்கள். அவள் அதிர்ச்சியடைகிறாள்.

தன் காதலனைத்தவிர, இன்னொருவரை அவளால் மனத்தால்கூட நினைக்க இயலாது. ஆனால், அவன் இன்னும் அவளைப் பெண் கேட்கவில்லை. அவளாகச் சொல்வதற்கும் கூச்சம். இப்போது என்ன செய்வது?

அவளுடைய தவிப்பைப் புரிந்துகொண்ட தோழி, அவளுக்காகக் காதலனிடம் பேசுகிறாள், 'புலியும் பன்றியும் சண்டை போட்டுப் பார்த்திருக்கியா?'

'பார்த்திருக்கேன், அதுக்கு என்ன?'

'புலியோட மோதும் தகுதி ஒரு புலிக்குதான் உண்டு. ஒரு பன்றி போய் அதோட மோதறது அசிங்கமில்லையா?' என்கிறாள் தோழி. 'உன் காதலியை மணக்கிற தகுதி உனக்குதான் இருக்கு. ஆனா, நீ அவளைப் பெண் கேட்டு வரலை, அதனால, கண்டவங்களும் வந்து அவளைப் பெண் கேட்கறாங்க. உன் காதலி வெட்கப்படறா, அவ கண்ணுல தண்ணி ஆறா ஓடுது. நீ என்ன செய்யப்போறே?'

தகுதியில்லாத பன்றிகள் சத்தமிட அனுமதிக்காமல், புலி ஆட்சி செய்யவேண்டும், அவற்றை வேட்டையாடி வெல்லவேண்டும் என்கிறாள் தோழி. ஐங்குறுநூறில் கபிலர் எழுதிய பாடல் இது:

சிறுகண் பன்றிப் பெரும்சின ஒருத்தலொடு
குறுக்கை இரும்புலி பொரூஉ நாட!
நனிநாணுடைமையம், மன்ற
பனிப்பயந்தன நீ நயந்தோள் கண்ணே!

இந்தப் பாடல்களைக் கவனித்தால் ஒரு விஷயம் புரியும், திரைப்படப் பாடல் வரிகளில் வரும் 'வேட்டை' கற்பனையானது, அது காம விளையாட்டுக்கு உவமையாகப் பயன்படுகிறது.

ஆனால், சங்கப் பாடல்களில் வரும் 'வேட்டை' நிஜமானது. புலி ஒரு யானையையோ நாயையோ நிஜமாகத் தாக்குகிறது, தன் வலிமையைக் காட்டிக் கொல்கிறது. அதனால், அந்த மிருகத்தின் துணை வருந்துகிறது.

இந்த வருத்தத்தை அந்தப் புலி காணப்போவதில்லை. அது தன் பசியைத் தணித்துக்கொண்டுவிட்டது, அவ்வளவுதான்.

சங்கப் புலவர்கள் இந்த இயல்பான காட்சியைக் காண்பித்து, அதன்மூலம் ஆணின் மனநிலையைச் சொல்கிறார்கள். அவனுக்குக் காதல் வேண்டும், அவன் வந்து பார்த்துவிட்டுச் சென்றபிறகு அந்தப் பெண் அனுபவிக்கும் மனோநிலையை அவன் உணர்வதில்லை. ஆகவே, காதலியோ தோழியோ அதைச் சொல்லவேண்டியிருக்கிறது.

இந்தக் காலகட்டம் மாறி, ஆணும் பெண்ணும் காதலில் சமநிலை, ஆணின் கருணையைப் பெண் எதிர்பார்த்திருக்கவேண்டியதில்லை என்கிற சூழல் ஏற்பட்டபிறகு, புலி வேட்டையாடும் உவமை கேளிக்கையான விஷயமாகிவிடுகிறது.

ஒரு காதலன், தன் காதலியைக் 'கிளி' என்கிறான். 'உன் உதடு சிவந்திருக்கிறதே, அதை நான் வெளுக்கட்டுமா?' என்கிறான்.

'எப்படி வெளுப்பாய்?'

'என் உதடுதான் துவைக்கும் இயந்திரம்' என்று குறும்பாகச் சொல்கிறான் அவன்.

'நான் கிளி என்பது உண்மைதான். ஆனால், நீ புலியாச்சே, உன்கிட்ட நான் எப்படி வருவேன்?' என்கிறாள் அவள்.

'நான் சைவப்புலி, எனக்கு இந்தக் கிளிதான் ஜோடி!' என்று குழைகிறான் அவன்.

‘அப்படீன்னா, நீ என்னோட செல்லப்புலி’ என்கிறாள் அவள், ‘உனக்கு மாமிசம் வேணுமா, என்னோட பூவாசம் வேணுமா? உண்மையைச் சொல்லு!’

இந்தத் திரைப்பாடல் வரிகள் கபிலனுடையவை:

‘பச்சக்கிளி உதட்ட
இச்சுதந்து வெளுப்பேன்!
சிங்காரச் சின்னப்புலியே, என்னைப்பார்த்து
சீறாதே செல்லப்புலியே,
பூவாசம் வேணுமா?
மாமிசம் வேணுமா? என்கிட்ட சொல்லு!’

13

ஒரு காதலன், ஏதோ வேலை காரணமாக வெளியூர் சென்றுள்ளான்.

அவனுடைய காதலி அவனைப் பிரிந்து வாடுகிறாள். அவன் வரும் வழியைப் பார்த்துக் காத்திருக்கிறாள்.

பகல் பொழுது எப்படியோ செல்கிறது. இரவு வருகிறது. வானில் நிலவு எழுகிறது.

பொதுவாக நிலவைக் குளிர்ச்சி என்பார்கள். ஆனால், இந்த நிலவு அவளைச் சுடுகிறது. அவனை நினைவுபடுத்தி வேதனை தருகிறது.

அவள் நிலவைப் பார்த்து இப்படிப் பாடுகிறாள்:

> 'அத்திக்காய்க் காய் காய்,
> ஆலம்காய் வெண்ணிலவே,
> இத்திக்காய்க் காய்ந்துஉனக்கு
> என்ன பயன்?
> பற்றுஇல் அவரைக்காய்,
> கோவைக்காய்!'

இந்தப் பாடலைப் படிப்பதற்கு சூப்பர் மார்க்கெட்டின் வெஜிடபிள் செக்ஷன் பட்டியல்போல் இருந்தாலும்,

இவையெல்லாம் காய்கள் இல்லை. 'அத்திக்காய்' என்றால், 'அந்தத் திக்காய்', அதாவது, அந்தத் திசையிலே. 'ஆலம் காய்' என்றால், ஆலம்போல், விஷத்தைப்போல் காய்தல், சுடுதல், 'இத்திக்காய்' என்றால், 'இந்தத் திக்காய்', அதாவது இந்தத் திசையிலே. 'அவரைக்காய்' என்றால், 'அவரைக் காய்', அதாவது, என் காதலனைச் சுடு, 'கோவைக்காய்' என்றால், 'கோ'வை, அதாவது தலைவனைச் சுடு.

ஆக, இந்தப் பாடலின் பலன், 'விஷம்போலச் சுடுகிற நிலவே, நீ என் பக்கத்தில் சுட்டு என்ன பயன்? அந்தப் பக்கமாகச் சென்று என் காதலனைச் சுடு, அவனைச் சீக்கிரம் ஊருக்கு வரச்சொல்!'

அழகான இந்தத் தனிப்பாடல் கண்ணதாசனின் உள்ளம் கவர்ந்தது. அவர் ஒரு திரைப்படத்தில் இதனை மிகச் சிறப்பாகப் பயன்படுத்திக்கொண்டார்:

'அத்திக்காய்க் காய் காய்,
ஆலம்காய் வெண்ணிலவே,
இத்திக்காய்க் காயாதே, நீ
என்னைப்போல் பெண்ணல்லவோ!'

நிலவே, நீயும் என்னைப்போல ஒரு பெண்தானே? என்னைச் சுடாதே, விஷம்போன்ற உன் கதிர்களை வேறு எங்கேயாவது அனுப்பு.

'கன்னிக்காய், ஆசைக்காய்,
காதல் கொண்ட பாவக்காய்,
அங்கே காய், அவரைக்காய்,
மங்கை எந்தன் கோவைக்காய்!'

இங்கே 'கன்னிக்காய்' என்பது 'கன்னிக்காக, 'ஆசைக்காய்' என்பது ஆசைக்காக, 'பாவக்காய்' என்பது, பாவத்துக்காக!

இந்தக் கன்னிமீது ஆசை வைத்துக் காதல் கொண்ட பாவத்துக்காக, அதோ என் தலைவன் அவனைச் சுடு!

'இரவுக்காய் உறவுக்காய்
ஏங்கும் இந்த ஏழைக்காய்,
நீயும் காய், நிதமும் காய்,
நேரில் நிற்கும் இவளைக் காய்!
உருவங்காய் ஆனாலும்
பருவங்காய் ஆகுமோ,
என்னை நீ காயாதே,
என்னுயிரும் நீயல்லவோ!'

காதலரைப் பிரிந்திருக்கிறவர்களுக்கு இரவும் நிலவும் சுடும். ஆனால் சேர்ந்திருக்கிறவர்கள் மனம் இரவை நினைத்து ஏங்கும். ஆகவே, 'நீயும் காய், நிதமும் காய்!' என்று நிலவை அருகே அழைக்கின்றன இந்த வரிகள்!

'சொன்னதெல்லாம் விளங்காயோ,
தூது வழங்காய் வெண்ணிலா!'

நிலவே, நான் சொன்னதெல்லாம் புரிந்ததா? எனக்காகக் காதல் செய்தி சொல்வாயா?

'உள்ளமெல்லாம் மிளகாயோ,
ஒவ்வொரு பேச்சுரைக்காயோ!'

இது ஒரு ரசமான வார்த்தை விளையாட்டு. 'உள்ளமெல்லாம் மிளகாயோ' என்றால், மிளகாய்போல் காரமாக ஊடல் கொண்டிருக்கிறாயே என்று ஒரு பொருள். 'உள்ளமெல்லாம் இளகாயோ' என்று பிரித்தால், எனக்காக உள்ளம் கனிவாயா என்று பொருள்.

அதேபோல், 'ஒவ்வொரு பேச்சுரைக்காயோ' என்பதை 'ஒவ்வொரு பேச்சு உரைக்காயோ' என்று பிரிக்கவேண்டும். என்னோடு பேசமாட்டாயா?

இப்படிக் காதல், ஊடல், கூடல் என்று அனைத்துக்கும் காய்களைப் பயன்படுத்தி ஒரு பாடலை அமைத்துவிட்டார் கண்ணதாசன். அதற்கு அடிப்படையாக அமைந்தது, ஒரு பழைய தனிப்பாடல்தான்!

இந்தப் பாடலில் காதலியை வருத்தியது நிலவு என்றால், இன்னொரு பாடலில் காற்று அவளை வாட்டுகிறது. 'என்மீது ஏன் வீசுகிறாய்? அவர்மீது வீசு!' என்கிறாள்.

அவளுடைய காதலன் அவளைப் பிரிந்து எங்கோ சென்றுள்ளான். 'இதை நீ பொறுத்துக்கொள்ளவேண்டும், அவன் விரைவில் வந்துவிடுவான்' என்று தோழி ஆறுதல் சொல்ல, அவளுக்குக் காதலி பதில் சொல்கிறாள்.

'அங்க பாரு, அவரையோட அழகான மலரெல்லாம் உதிருது, ஈங்கை, பகன்றைன்னு பலவிதமான மலர்கள் பூக்குது, மழை வருது, அதோட, இரக்கமில்லாத வாடைக்காத்தும் வருது, என்னைத் துன்புறுத்துது!'

'நீ எனக்குப் புத்தி சொல்றதை விட்டுட்டு, அந்த வாடைக்காத்துகிட்ட பேசு, என் காதலனோட முகவரியைக் கொடுத்து, அவன்கிட்ட போய் அங்கே அடிக்கச்சொல்லு. நீ வர்றதாச் சொன்ன நாள் வந்தாச்சு, ஆனா நீ இன்னும் வரலையே, ஏன்னு நியாயம் கேட்கச்சொல்லு. உன்னைப் பிரிஞ்சு உலகத்தையே வெறுத்து அங்கே ஒருத்தி தனியாக் காத்திருக்கான்னு சொல்லச்சொல்லு, நான் அனுபவிக்கிற வலியை வர்ணிக்கச்சொல்லு, அவன் எப்ப வருவான்னு தீர்மானமாக் கேட்டுக்கிட்டு வரச்சொல்லு!'

'இப்படிச் செய்யறதுக்கு ஆயிரம் வேலை இருக்கும்போது, கண்ணுல நீர் வழிய அழுதுகிட்டிருக்கிற என்மேலயே வீசித் துன்பம் தர்றது ஏன்னு அந்த வாடைக்காத்தைக் கேளு. நான் அதுக்கு என்ன கொடுமை செஞ்சேன்? ஏன் என்னையே சுத்திச்சுத்தி வருது?'

அகநானூறில் கொடியூர்கிழார் மகனார் நெய்தல்தத்தனார் எழுதிய பாடல் இது:

> அவரை ஆய்மலர் உதிர, துவரின்
> வாங்குதுளைத் துகிரின் ஈங்கை பூப்ப,
> இறங்குபோது அவிழ்ந்த ஈர்ம்புதல் பகன்றை

கறங்கு நுண்துவலையின் ஊர்உழை அணியப்
பெயல்நீர் புதுவரல் தவிர, சினைநேர்பு
பீள்விரிந்து இறைஞ்சிய பிறங்குகதிர்க் கழனி
நெல்ஒலி பாசுஅவல் துழைஇக் கல்எனக்
கடிதுவந்து இறுத்த கண்ணில் வாடை
'நெடிதுவந்தனை'என நில்லாது ஏகிப்
பலபுலந்து உறையும் துணைஇல் வாழ்க்கை
நம் வலத்தன்மை கூறி அவர்நிலை
அறியும்ஆயின் நன்றுமன் தில்ல
பனிவார் கண்ணேம்ஆகி இனிஅது
நவம்மே எவ்வம் ஆகின்று,
அனைத்தால் தோழி நம் தொல்வினைப் பயனே!

கிட்டத்தட்ட இதேபோன்ற சூழ்நிலையில் இன்னொரு காதலி. ஆனால், அவளுக்கு வாடைக்காற்றைக் கோபிக்கக்கூடத் தெம்பு இல்லை. 'நீபாட்டுக்கு அந்தப் பக்கமா அடி, நான் இந்தப் பக்கமா வருந்திகிட்டுக் கிடக்கறேன்' என்கிறாள் விரக்தியுடன்.

வானில் இருண்ட மேகம் இடியாக முழங்குகிறது. 'துள்ளுபெயல்' என்கிறாள் காதலி. அதாவது, மழைத்துளிகள் பூமியில் துள்ளிக்குதித்துப் பெய்கின்றனவாம்!

மழை பெய்ததும், பூக்கள் மலர்கின்றன. அவற்றிலிருந்து நீர் சொட்டுகிறது. அதைப் பார்க்கும்போது, 'காதலனைப் பிரிஞ்ச காதலிங்க கண்ணுலேர்ந்து நீர் வழியறமாதிரி இருக்கு' என்கிறாள் இவள்.

முதல் வரியில் மழை துள்ளிக்குதிக்கிறது என்றவள், அதனால் பூ அழுகிறது என்கிறாள். 'அவன்பாட்டுக்குக் கிளம்பிப் போய்ட்டான், இங்கே வருந்தறது நான்தானே?' என்றுகூட இதற்குப் பொருள் எடுத்துக்கொள்ளலாம்.

வயலில் ஆங்காங்கே அவரையின் அழகிய பூக்கள். நீளமான நெற்கதிர்கள் நன்கு முற்றி, வளைந்து, கண்ணுக்கு அழகாகத் தெரிகின்றன. வண்டுகள் கிளைகளைச் சேர்ந்துநிற்கின்றன.

இப்படிப்பட்ட இந்த முன்பனிக்காலத்து இரவிலே, நான் தனியாக இருக்கிறேன். அவனை எண்ணித் தவிக்கிறேன்.

ஆனால் அவனோ, கோபம்கொண்ட அரசனின் பாசறையில் இருக்கிறான். போர் செய்துகொண்டிருக்கிறான். அவனுக்கு என் நோய் புரியாதா? இதைச் சரிசெய்ய விரைவாக வரமாட்டானா? இந்தச் சிந்தனையோடு, என்னைத் துன்புறுத்தும் வாடைக்காற்றோடு நான் தனிமையில் இருக்கிறேன். அவன் பிரிவைத் தாங்கஇயலாமல் இருக்கிறேன்!

இந்த அகநானூற்றுப் பாடலை எழுதியவர், கழார்க்கீரன் எயிற்றனார்:

மங்குல் மாமழை விண்அதிர்பு முழங்கித்
துள்ளுபெயல் கழிந்தபின்றைப் புகைஉறப்
புள்ளி நுண்துவலை பூஅகம் நிறையக்
காதலர்ப் பிரிந்த கையறு மகளிர்
நீர்வார் கண்ணின் கருவிளை மலரத்
துய்த்தலைப் பூவின் புதல் இவர் ஈங்கை
நெய்தோய்த்தன்ன நீர்நனை அம்தளிர்
இருவகிர் ஈருளின் ஈரிய துயல்வர
அவரைப் பைம்பூப் பயில அகல்வயல்
கதிர்வார் காய்நெல் கட்குஇனிது இறைஞ்சச்
சிதர்சினை தூங்கும் அற்சிர அரைநாள்
காய்சின வேந்தன் பாசறை நீடி
நம்நோய் அறியா அறன்இலாளர்
இந்நிலை களைய வருகுவர்கொல்என
ஆனாது எறிதரும் வாடையொடு
நோனேன் தோழி, என் தனிமையானே!

இன்னொரு காதலன். இவனும் தன் காதலியைப் பிரிந்து வெளியூர் செல்கிறான். அவள் அவனைப் பிரிய விரும்பவில்லை, வருந்துகிறாள்.

ஆகவே, அவன் அவளை அணைத்துச் சமாதானப்படுத்துகிறான்,

முதுகைத் தடவிக்கொடுத்து, கூந்தலைத் தொட்டு 'நான் சீக்கிரமா வந்துடுவேன்' என்று சொல்கிறான். அவளும் நம்பி அவனை அனுப்பிவைக்கிறாள். அவனுக்காகக் காத்திருக்கிறாள்.

ஆனால், சொன்ன நாளில் அவன் வரவில்லை. அவள் மிகவும் வருந்துகிறாள்.

இதைப்பார்த்த தோழி அவளிடம் பேசுகிறாள், 'நீ ஏன் கவலைப்படறே? அவன் வர்றதாச் சொன்னா கண்டிப்பா வந்துடுவான்' என்கிறாள், 'அவனுக்கு உன்மேல எவ்ளோ அன்பு இருக்குன்னு உனக்குத் தெரியும்தானே? அப்புறமென்ன?'

'அன்பு இருந்ததுதான், ஆனா இப்போ இருக்கான்னு தெரியலையே' என்கிறாள் காதலி, 'உண்மையாவே அவனுக்கு என்மேல அன்பு இருந்தா, இந்நேரம் என்னைப் பார்க்க வந்திருக்கணுமே!'

'அங்கே பாரு' என்று தினை வயலைக் காட்டுகிறாள் அவள், 'தினை விளைஞ்சு அறுவடையும் முடிஞ்சாச்சு. அப்படி அறுத்த அடிப்பகுதி மறுபடியும் முளைவிடப்போகுது. அங்கே அவரைக்கொடி அருமையாப் படர்ந்திருக்கு. இதுதானே அவன் சொன்ன முன்பனிக்காலம்? அவன் ஏன் இன்னும் வரலை? இந்தச் சிரமத்தை நான் எப்படித் தாங்குவேன்னு அவன் யோசிக்கமாட்டானா? நிஜமாவே அவனுக்கு என்மேல அன்பு இருக்கா?'

குறுந்தொகையில் கடுவன்மள்ளன் எழுதிய பாடல் இது:

வார்உறு வணர்கதுப்பு உளரிப் புறம்சேர்பு
'அழாஅல்' என்று நம் அழுதகண் துடைப்பார்
யார்ஆகுவர்கொல் தோழி, சாரல்
பெரும்புனக் குறவன் சிறுதினை மறுகால்
கொழும்கொடி அவரை பூக்கும்
அரும்பனி அச்சிரம் வாராதோரே!'

இங்கே தினைவயலைக் காட்டுவது வெறும் இயற்கை வர்ணனை

அல்ல. அதனுள் ஒரு மறைமுகமான கருத்தும் இருக்கிறது என்கிறார்கள் உரையாசிரியர்கள்.

தினையை ஒருமுறை பயிரிட்டால், அறுவடை செய்து உண்ணலாம். பிறகு, அங்கே இன்னொருமுறையும் அது முளைக்கும், அங்கே அவரைக்கொடி படரும், இவை எல்லாம் அந்த நிலத்தில் பாடுபடும் குறவர்கள் அனுபவிப்பார்கள்.

அதுபோல, காதலன் ஏற்கெனவே காதலியைக் கண்டு மகிழ்ந்தவன். இப்போது, திரும்பிவந்து மறுபடியும் அவளோடு வாழப்போகிறான், தினையின் மறுகால்போல.

அதேநேரம், அங்கே படரும் அவரைக்கொடி, அவன் தன்னுடைய செயலைப் பூர்த்தி செய்துவிட்டு வந்தான் என்பதற்கு உவமை. அதாவது, பணியும் நிறைந்தது, பாவையும் கிடைத்தாள். இந்த முழு இன்பத்தையும் அனுபவிக்க அவன் எப்போது வருவான்?

இதேபோல், தினைவயலில் அவரைக்கொடி படர்ந்த ஒரு மலை. அதன் தலைவனைச் சந்தித்துப் பேசுகிறாள் ஒரு தோழி, ‘உன் வயல்ல விளைஞ்ச பசுமையான தினைக்கதிர்களைக் கவரிமா பறிச்சு உண்ணுது, அப்படிப்பட்ட வளமான நாட்டோட தலைவன் நீ. உன் காதலி, நல்லா ஒளிவிடற ஆபரணங்களைத் தேர்ந்தெடுத்து அணிஞ்சிருக்கா, உங்க ரெண்டு பேருக்கும் நடுவில காதல் வளர்றதுக்கு உதவி செஞ்சது யார்ன்னு ஞாபகம் இருக்கா? நான் செஞ்ச உதவியை மறந்துடாதே.’

தோழி இப்படிச் சொல்வதன் நோக்கம், ‘என் உதவியை மறக்காதே, அவளைத் திருமணம் செய்துகொள், அதுதான் எனக்கு மகிழ்ச்சி தரும்’ என்று சொல்லாமல் சொல்வதுதான்!

மூவாதியர் எழுதிய ‘ஐந்திணை எழுபது’ என்ற நூலில் உள்ள பாடல் இது:

அவரை பொருந்திய பைங்குரல் ஏனல்
கவரி மடமா கதூஉம் படர்சாரல்

கானக நாட! மறவல் வயங்குஇழைக்கு
யான்இடை நின்ற புனை.

இன்னொரு காதலி. இவளும் காதலனைப் பிரிந்திருக்கிறாள். ஆனால், ஒரே ஆறுதல், அவனுடைய மலை தெரிகிறது. அதைப் பார்த்து, அவனை நினைத்துக்கொண்டு மனத்தைத் தேற்றிக்கொள்கிறாள். தன் தோழியிடம் அதைச் சொல்கிறாள்.

'குளிர்ந்த புதர்ல பசுமையா அவரைக்கொடி படர்ந்திருக்கு, அதோட பூவெல்லாம் கிளிமூக்கைப்போல இருக்கு, பக்கத்துலயே காட்டுப்பூனையோட பல்மாதிரி முல்லைமலர், இந்த அழகான காட்சியை ரசிக்கவிடாம, வாடைக்காத்து வீசுது. ஏதோ, அவனோட மலை கண்ணுக்குத் தெரியறதால, அதைப் பார்த்துக்கிட்டு என் மனசைத் தேத்திக்கறேன்.'

இப்படிச் சொன்ன மறுகணம், அவள் முகத்தில் வருத்தம்.

'என்னாச்சு?' என்று விசாரிக்கிறாள் தோழி, *'இப்பதானே அவனோட மலையைப் பார்த்து மனசைத் தேத்திக்கறதாச் சொன்னே?'*

'ஆமா, ஆனா மலை பகல் நேரத்துலதானே தெரியும்?' என்கிறாள் காதலி, *'ராத்திரியானதும், கடல்ல கப்பல் மூழ்கறமாதிரி, அந்த மலை இருட்டுல மறைஞ்சுடுது, அப்போ அவனும் இல்லை, மலையும் இல்லை, எப்படித் தாங்குவேன்?'*

கொல்லனழிசி எழுதிய குறுந்தொகைப் பாடல் இது:
'பனிப்புதல் இவர்ந்த பைங்கொடி அவரைக்
கிளிவாய்ஒப்பின் ஒளிவிடு பன்மலர்
வெருக்குப் பல்உருவின் முல்லையொடு கஞல
வாடை வந்ததன்தலையும் நோய்பொரக்
கண்டிசின் வாழி தோழி, தெண்திரைக்
கடல்ஆழ் கலத்தின் தோன்றி
மாலை மறையும் அவர் மணிநெடும்குன்றே.'

இன்னொரு காதலி, *'அவன் மலை என் கண்ணிலிருந்து*

விலகுவதே இல்லை' என்கிறாள்.

அவனுடைய மலை, 'அவரைப்பூப்போல' இருக்கிறதாம். அங்கே உச்சியில் மேகங்கள் மொய்க்கின்றனவாம். அந்தக் காட்சியைப் பார்க்கும்போதெல்லாம், அவளுக்கு அவன் ஞாபகம் வருகிறதாம்.

கபிலரின் ஐங்குறுநூறு பாடல் இது:

'அன்னாய், வாழி! வேண்டு அன்னை நீமற்று
யான்அவர் மறத்தல் வேண்டுதிஆயின்
கொண்டல் அவரைப் பூவின்அன்ன
வெண்தலை மாமழை சூடித்
தோன்றல்ஆனாது அவர் மணிநெடும்குன்றே.'

14

வேப்பங்காயை யாராவது விரும்புவார்களா?

கசப்பு நிறைந்த தாவரம் அது. இலையோ காயோ கனியோ எல்லாவற்றிலும் கசப்பு இருக்கும்.

ஆனால், அப்படிப்பட்ட வேப்பங்காயை ஒருத்தி தருகிறாள். அவளுடைய காதலன் அதை வாங்கிச் சாப்பிட்டுவிட்டு, 'பிரமாதம்' என்கிறான்.

பக்கத்தில் அவளுடைய தோழி நிற்கிறாள். அவள் அவனைப் பார்த்து, 'நல்லா யோசிச்சுச் சொல்லுங்க' என்கிறாள்.

'இதில் யோசிப்பதற்கு என்ன இருக்கிறது? மிக அருமையான பழம்' என்கிறான் அவன். 'நல்ல இனிப்பு!'

'ஐயா, இது வேப்பங்காய்!'

'அதனால என்ன? அவ கை பட்டதும் அது இனிக்க ஆரம்பிச்சுடுச்சு!'

காதல் கசப்பை இனிப்பாக்கிவிடுகிறது. அவர்கள் மகிழ்ச்சியாக வாழ்கிறார்கள்.

சில நாள் கழித்து, அவனுக்கு இன்னொரு பெண்ணுடன் பழக்கம் ஏற்படுகிறது. ஆகவே, காதலியைப் பிரிந்திருக்கிறான்.

பின்னர், அவளிடமிருந்து பிரிந்து மீண்டும் காதலியிடமே வருகிறான். அவள் கோபத்தில் அவனை அனுமதிக்க மறுக்கிறாள். தோழியிடம் உதவி கேட்கிறான்.

அவள் சிரிக்கிறாள், 'முன்னே அவ வேப்பங்காயைக் கொடுத்தாலும் இனிக்குதுன்னு சொன்னீங்க. இப்போ?' என்கிறாள். 'பாரியோட பறம்புமலையில இருக்கிற பனிநீர்ச் சுனையிலேர்ந்து தெளிவான தண்ணீரைக் கொண்டுவந்து, தை மாசத்துக் குளிர்நாள்ல கொடுத்தாலும், அய்யே, சுடுது, உவர்க்குதுன்னு சொல்றீங்க! நல்ல அன்புய்யா உங்களுக்கு!'

குறுந்தொகையில் மிளைக்கந்தன் எழுதிய பாடல் இது:

> 'வேம்பின் பைங்காய் என்தோழி தரினே,
> 'தேம்பூங்கட்டி' என்றனிர், இனியே,
> பாரி பறம்பின் பனிச்சுனைத் தெள்நீர்
> தைஇத் திங்கள் தண்ணிய தரினும்
> 'வெய்ய உவர்க்கும்' என்றனிர்,
> ஐய! அற்றால் அன்பின் பாலே!'

ஒரு காதலன், தன் காதலியைப் பார்ப்பதற்காகச் சென்றான். அவள் ஒரு பெரிய மாளிகைக்குள் இருந்தாள்.

அதனால் என்ன? அவன் மனத்திலிருந்த காதல் அவனை வளைத்தது. அந்த மாளிகையின் சுவர்மீது ஏறிக் குதித்து அவளைச் சந்தித்தான்.

பிறகு, அவர்களுக்குத் திருமணமானது. மகிழ்ச்சியாக வாழ்ந்தார்கள். இருவருக்கும் வயதானது.

இப்போது, அவள் அதே அன்புடன் அவனை அணைக்க வருகிறாள். அவனோ வெறுத்து ஒதுங்குகிறான். 'உலக்கைமாதிரி இருக்கு உன் கை' என்கிறான்.

இந்தக் காட்சியை விவரிக்கும் பாரதிதாசன், 'இளமையில் இனித்ததே முதுமையில் கசந்தது' என்கிறார் வேடிக்கையாக:

'காதலி இருக்கும் மாளிகைக் கற்சுவர்
காதலன் கால்வைத்து ஏறிக்குதிக்க
வளைந்துகொடுத்தது ஒருநாள்! முதுமையில்
அவள் அண்டையில் அணைக்க வரும் கை
உலக்கை என்றே அவன் ஒதுங்குவான் பின்னாள்!
இளமையில் இனித்ததே, முதுமையில் கசந்தது!'

கசப்பும் இனிப்பும் நாக்கின் சுவை நரம்புகள் செய்கிற மாயமா? அல்லது, கொடுக்கிறவர்மீது இருக்கிற அன்பினால் ஏற்படுவதா?

'உன் பேரைச் சொன்னாலே,
உள்நாக்கில் தித்திக்குமே'
என்று ஒரு பாடலில் எழுதினார் நா.முத்துக்குமார்.
'செந்தமிழ் நாடென்னும்போதினிலே
இன்பத் தேன் வந்து பாயுது காதினிலே'

என்றார் பாரதியார். தேன் காதில் பாயுமா? அப்படிப் பாய்ந்தாலும் அது தித்திக்குமா?

ஆக, 'சுவை' என்று நாம் சொல்லும் அம்சம் வெறும் நாக்கினால் தீர்மானிக்கப்படுவதல்ல. நல்ல விஷயத்தைக் கேட்கும்போது காது இனிக்கும், கண் இனிக்கும், நெஞ்சு இனிக்கும், அதோடு நாக்கும் இனிக்கும்!

ஒரு காதலி. அவள் வேப்பம்பழத்தை உண்ணவில்லை. அதன் பூவை வெறுமனே பார்க்கிறாள். கசப்பாக உணர்கிறாள்.

அதாவது, நாக்கில் படாமலே வேப்பம்பூ கசக்கிறது. ஏன்?

அவளுடைய காதலன் அவளைப் பிரிந்து சென்றுள்ளான். 'இளவேனிற்காலத்தில் திரும்பி வந்துவிடுவேன்' என்று அவன் சொல்லியிருக்கிறான்.

இப்போது, இளவேனிற்காலம். அதனால், வேப்பம்பூ மலர்கிறது. ஆனால், அவன் இன்னும் வரவில்லை.

'அவன் இல்லாம இந்த வேப்பம்பூவை நான்மட்டும் எப்படித்

தனியாப் பார்த்து ரசிக்கிறது?' என்று தன்னைத்தானே கேட்டுக்கொள்கிறாள் அவள். ஆகவே, கண்ணுக்குக் குளிர்ச்சியான வேப்பம்பூ அவளுக்குக் கசக்கிறது.

அடுத்து, அதே காதலி 'நான் ஓர் அத்திப்பழம்' என்கிறாள்.

பொதுவாக அத்திப்பழத்தைப் பெண்ணின் கன்னத்துக்கு உவமையாகச் சொல்வார்கள். உதாரணமாக, வாலியின் இந்த வரிகள்:

'அத்திப்பழக் கன்னத்திலே,
கிள்ளிவிடவா!'

ஆனால் இந்தப் பெண் தன்னை அத்திப்பழம் என்று சொல்லிக்கொள்வது அழகுக்காக அல்ல. கனிந்து மரத்திலிருந்து கீழே விழுந்த பழமாகத் தன்னைக் குறிப்பிடுகிறாள் அவள்.

அதாவது, ஆற்றங்கரையில் மரத்திலிருந்து பழம் கீழே விழுகிறது. அங்கே இருந்த நண்டுகள் அதன்மீது ஏறிச் சிதைக்கின்றன. அப்படிப்பட்ட நிலைமையில்தான் அவள் இப்போது இருக்கிறாளாம்.

பழத்தை நண்டுகள் சிதைப்பதுபோல, ஊரில் இருக்கிறவர்கள் அவர்களுடைய காதலைப்பற்றிப் பலவிதமாகப் பேசுகிறார்கள். அந்தச் சொற்கள் அவளை வருத்துகின்றன.

இவையெல்லாம் சரியாகவேண்டுமென்றால், அவன் வரவேண்டும், அதன்பிறகு வேப்பம்பூ இனிக்க ஆரம்பித்துவிடும். அத்திப்பழம் இன்னும் மிளிரத் தொடங்கிவிடும்!

இதுவும் குறுந்தொகைதான். பரணர் எழுதியது:

'கரும்கால் வேம்பின் ஒண்பூ யாணர்
என்ஐ இன்றியும் கழிவதுகொல்லோ?
ஆற்றுஅயல் எழுந்த வெண்கோட்டு அதவத்து
எழுகுளிறு மிதித்த ஒருபழம்போலக்
குழையக் கொடியோர் நாவே
காதலர் அகலக் 'கல்'என்றவ்வே.'

இன்னொரு காதலி, இவள் வேப்பம்பழத்தைப் பார்க்கிறாள், மாலை நேரத்தில் அதை நோக்கிச் செல்லும் வௌவாலைப் பார்க்கிறாள், 'அவன் ஊர்ல மாலை நேரமெல்லாம் கிடையாதா?' என்கிறாள்.

பக்கத்திலிருந்த தோழி, 'ஏன் அப்படிக் கேட்கறே?' என்று விசாரிக்கிறாள்.

'ஒருவேளை அவன் ஊர்ல மாலை நேரம் இருந்தா, அங்கே இருக்கிற வேப்பமரத்துல உள்ள பழங்களை நோக்கி வௌவால் பறக்கும், அங்கே உட்கார்ந்து சாப்பிடும், இதையெல்லாம் பார்க்கும்போது அவனுக்கு என் ஞாபகம் வரும், என்னைப் பார்க்க வர்றதாச் சொன்ன நாள் வந்துடுச்சேன்னு நினைப்பான், சீக்கிரமா இங்கே வருவான்...' என்று சொல்லிக்கொண்டே காதலி பெருமூச்சு விடுகிறாள், 'இதெல்லாம் நடக்கலையே, அப்ப அவன் ஊர்ல மாலை நேரமே இல்லையோ?'

ஐங்குறுநூறில் ஓதலாந்தையார் எழுதிய பாடல் இது:

'அம்ம, வாழி தோழி! சிறிஇலைக்
குறும்சினை வேம்பின் நறும்பழம் உணீஇய
வாவல் உகக்கும் மாலையும்
இன்றுகொல் காதலவர் சென்றநாட்டே!'

விந்தன் எழுதிய ஒரு திரைப்பாடலில், காதலர்கள் மாலைப்பொழுதை வேண்டாம் என்றே துரத்திவிடுகிறார்கள்:

'மயக்கும் மாலைப் பொழுதே நீ போ, போ,
இனிக்கும் இன்ப இரவே நீ வா, வா!'

வைரமுத்துவின் பாடலொன்றில் பகல் வேண்டாம், இரவுதான் வேண்டும் என்கிறார்கள் காதலர்கள்:

'தென்றல்வந்து என்னைத் தொடும், ஆஹா
சத்தமின்றி முத்தமிடும்!
பகலே போய்விடு,
இரவே பாய் கொடு!'

ஆனால், இரவு எப்போதும் இனிக்காது. காதலனோ காதலியோ அருகே இருந்தால்தான் இனிக்கும், இல்லாவிட்டால் கசக்கும். அதையும் வைரமுத்துவே எழுதியிருக்கிறார்:

'இவன் இன்று உறங்காத ஜாதி,
படுக்கையில் பாம்பு நெளியுது,
தலையணை நூறு கிழியுது!'

இதுபோல் முரண்களை உவமையாக்குவது கவிஞர்களுக்குப் பிடித்த விஷயம். குறிப்பாக சினிமாப் பாடல்களில் காதலர்களின் வருத்தத்தை, மகிழ்ச்சியைச் சொல்ல இவற்றை எளிமையாகப் பயன்படுத்துவார்கள்.

காதலியைப் பார்த்தபிறகு, அச்சுவெல்லம்கூடக் கசப்புதான் என்று ஒரு காதலன் சொல்வதாக எழுதுகிறார் வைரமுத்து:

'அச்சுவெல்லம் கசக்குது உன்னாலே!'

இதென்ன பெரிய விஷயம்? காதல் இன்னும் பல விஷயங்களை மாற்றிவிடும் என்கிறார் நா.முத்துக்குமார். அதற்கு வேடிக்கையான உவமைகளைப் பயன்படுத்துகிறார்.

'காதல் என்பது காப்பியைப்போலே,
ஆறிப்போனா கசக்கும்,
காஞ்சுபோன மொளகா பஜ்ஜி
கேக்கப்போலவே இனிக்கும்!'

இதெல்லாம் சாதாரணப் பொருள்கள். காதலி அருகே இல்லாவிட்டால், குளிர்கிற நிலாவும் கசப்புதான் என்கிறார் வைரமுத்து:

'நீயின்றிப்போனால், கசக்கும் வெண்ணிலா!'

நல்ல காதல் துணை அருகே இருந்தால் எல்லாம் இனிக்கும், இல்லாவிட்டால் மொத்தமும் கசக்கும் என்கிறார் கங்கை அமரன்:

'சந்தனமும்
சங்கத்தமிழும்
பொங்கிடும் வசந்தமும்
சிந்திவரும் பொங்கும் அமுதம் தங்கிடும் குமுதமும்
கன்னிமகள் அருகில் இருந்தால் சுவைக்கும்,
கன்னித்துணை இழந்தால் முழுதும் கசக்கும்!'

அந்தக் கசப்பை நன்கு காட்சிப்படுத்தும் கண்ணதாசன் பாடலொன்று இப்படிப் பல முரண்களைச் சொல்கிறது:

'நினைக்கத்தெரிந்த மனமே, உனக்கு
மறக்கத்தெரியாதா?
பழகத்தெரிந்த உயிரே, உனக்கு
விலகத்தெரியாதா?
மயங்கத்தெரிந்த கண்ணே, உனக்கு
உறங்கத்தெரியாதா?
மலரத்தெரிந்த அன்பே, உனக்கு
மறையத்தெரியாதா?'

இந்தப் பாடலிலும் இனிப்பு, கசப்பு ஒப்பீடு உண்டு. நேற்றுவரை கனியைச் சுவைத்து மகிழ்ந்த காதலி, இன்று அதனிடம் சென்று 'உனக்குக் கசக்கத்தெரியாதா?' என்கிறாள்:

'இனிக்கத்தெரிந்த கனியே, உனக்கு
கசக்கத்தெரியாதா?
படிக்கத்தெரிந்த இதழே, உனக்கு
முடிக்கத்தெரியாதா?
கொதிக்கத்தெரிந்த நிலவே, உனக்கு
குளிரத்தெரியாதா?'

நிறைவாக, இறைவனிடம் சென்று அவள் ஒரு கேள்வி கேட்கிறாள், 'எங்களைப் பிரித்தாயே, உனக்கு இணைக்கத்தெரியாதா?'

மறுகணம், அவளுக்கு இன்னொரு யோசனை தோன்றுகிறது. இந்தப் பிரிவு ஏற்பட்டதே அவனால்தானே? அவனுக்கு என் மனம் புரிந்திருந்தால் மீண்டும் இணைந்திருப்பானே, அதற்கு வழி

செய்யமாட்டாயா என்று தெய்வத்தைக் கேட்டுக்கொள்கிறாள்:

‘பிரிக்கத்தெரிந்த இறைவா, உனக்கு
இணைக்கத்தெரியாதா?
இணையத்தெரிந்த தலைவா, உனக்கு
என்னைப் புரியாதா?’

இதேபோல் முரண்களைத் தொகுத்துத் தந்த இன்னோர் அருமையான பாடலை மருதகாசி எழுதியிருக்கிறார். அதுவும் கசப்பு, இனிப்பு என்கிற திசையிலேயே போவதில் ஆச்சர்யமில்லை:

‘அடிக்கிற கைதான் அணைக்கும்,
அணைக்கிற கைதான் அடிக்கும்,
இனிக்கிற வாழ்வே கசக்கும்,
கசக்கிற வாழ்வே இனிக்கும்!’

இப்படித் தொடங்கும் பாடல் மெல்ல சுயமுன்னேற்றப் பாதையில் நுழைகிறது, அங்கேயும் இதே முரண்களைக் காட்டுகிறது:

’புயலுக்குப்பின்னே அமைதி, வரும்
துயருக்குப்பின் சுகம் ஒரு பாதி!
இருளுக்குப்பின் வரும் ஜோதி,
இதுதான் இயற்கையின் நியதி!
இறைக்கிற ஊற்றே சுரக்கும், இடி
இடிக்கிற வானம் கொடுக்கும்,
விதைக்கிற விதைதான் முளைக்கும்,
இதுதான் இயற்கையின் நியதி!’

ஆக, இனிப்பு, கசப்பு என்பதெல்லாம் மனநிலையைப் பொறுத்து மாறுகிற விஷயங்கள். மனம் மாறினால் அவற்றின் தன்மையும் மாறும்.

பாரதிதாசனின் குடும்பவிளக்கில் நாம் ஏற்கெனவே பார்த்த ஓர் உதாரணம் உள்ளது:

‘உவப்பின் நடுவிலே ‘ஓர்
....கசப்பான சேதி உண்டு கேட்பீர்’ என்றாள்!
‘மிதிபாகற்காய் கசக்கும், எனினும் அந்த
....மேற்கசப்பின் உள்ளேயும் சுவை இருக்கும்;
அதுபோலத்தானேடி? அதனால் என்ன?
....அறிவிப்பாய் இளமானே!’ என்றான் அன்பன்.’

பாகற்காய் கசப்புதான். அதற்குள் ஒரு சுவை இருக்கும். அதுபோல, கசப்பான செய்திகளுக்குள்ளே நன்மை இருக்கும் என்று எடுத்துக்கொள்ளவேண்டும்.

‘இன்னிலை’ என்ற நூலில் இதுபற்றி ஒரு சுவாரஸ்யமான பாடல் உள்ளது:

‘துணைஎன்ப காமவிருந்து துய்ப்பார், தோமில்
இணைவிழைச்சின் மிக்குஆகார் ஆகல், புணைதழீஇக்
கூட்டும், கடுமிசையான் கட்டியில் கொண்டற்றால்
வேட்டபோழ்து ஆகும் அணி’

ஓர் ஆணும் பெண்ணும் மணம் செய்துகொள்வது எதற்காக என்றால், இருவரும் சேர்ந்து நல்ல செயல்களைச் செய்யவேண்டுமாம். முக்தியை அடைவதற்கான பணிகளில் ஈடுபடவேண்டுமாம். அதில் ஒருவருக்கொருவர் உதவிக்கொள்ளவேண்டுமாம்!

அப்படியானால், இளைஞர்கள் உருவத்தைப் பார்த்து மயங்குகிறார்களே, புதுமணத் தம்பதியர் உடல்சேர்க்கையில் ஆர்வத்தோடு இருக்கிறார்களே, அதெல்லாம் தவறா?

இல்லை. அதெல்லாம் அவசியம். அவைதான் அவர்களை நெருங்கவைக்கும் என்கிறார் இந்தப் புலவர். அப்படி நெருங்கியபின், உருப்படியாக உலகுக்கு ஏதாவது செய்யத்தொடங்குவார்கள், ஒருவருக்கொருவர் துணையாக நல்லவழியில் சேர்ந்து வாழத் தொடங்குவார்கள்.

இதைச் சொல்வதற்கு அவர் பயன்படுத்தும் உவமை, கசப்பான

மருந்தை இனிப்பில் தோய்த்துத் தருவது!

அதாவது, ஆணும் பெண்ணும் நல்ல விஷயங்களைச் செய்வதற்காக ஒன்றுகூடுங்கள் என்றால், யாரும் கேட்கமாட்டார்கள். ஆகவே, இனிப்புப் பூச்சுபோல இளவயது இனக்கவர்ச்சியைப் பயன்படுத்தி அவர்களை ஒருங்கிணைத்துவிட்டு, பின்னர் நல்ல வழியில் செலுத்துகிறது வாழ்க்கை!

இதையே இன்னொரு கோணத்தில் திருமந்திரம் சொல்கிறது:

> 'கரும்பும் தேனும் கலந்ததோர் காயத்தில்
> அரும்பும் கந்தமும்ஆகிய ஆனந்தம்
> விரும்பியே உள்ளம் வெளியுறக் கண்டபின்
> கரும்பும் கைத்தது, தேனும் புளித்ததே!'

இங்கே திருமூலர் கரும்பு, தேன் என்று சொல்வது சாப்பிடுவதையும் உறங்குவதையும்தான். ஆரம்பத்தில் அவை இனிப்பாக இருக்கும், அதுவேதான் வாழ்க்கையின் நோக்கம் என்று தோன்றும். நம் உடல் அதற்குப் பழகிவிடும். இவையெல்லாம் நிரந்தரமில்லை என்று புரிந்துகொண்டபிறகு, கரும்பு கசக்கும், தேன் புளிக்கும். இறைவனிடம் உள்ளம் செல்லும்!

பாரதியார் கண்ணன் பாட்டில் கிட்டத்தட்ட இதே வரிகள் வருகின்றன, ஒரு பெண்ணின் உள்ளக்கருத்தாக:

> 'பாலும் கசந்ததடி, சகியே,
> படுக்கை நொந்ததடி,
> கோலக் கிளிமொழியும், செவியில்
> குத்தல்எடுத்ததடி!'
> என்ன ஆயிற்று அந்தப் பெண்ணுக்கு?
> 'கனவு கண்டதிலே, ஒருநாள்
> கண்ணுக்குத் தோன்றாமல்,
> இனம் விளங்கவில்லை, எவனோ
> என்அகம் தொட்டுவிட்டான்!'
> அதனால், அவள் மனமே மாறிப்போனது:

'இச்சை பிறந்ததடி, எதிலும்
இன்பம் விளைந்ததடி,
அச்சம் ஒழிந்ததடி, சகியே,
அழகு வந்ததடி!'
யார் அந்தக் காதலன்?
'எண்ணியெண்ணிப் பார்த்தேன், அவன்தான்
யாரெனச் சிந்தைசெய்தேன்,
கண்ணன் திருவுருவம், அங்ஙனே
கண்ணின்முன் நின்றதடி!'

இதே பாரதியார் இதே கண்ணனைப் பாடிய இன்னொரு பிரபலமான வரி:

'தீக்குள் விரலைவைத்தால், நந்தலாலா
நின்னைத் தீண்டுமின்பம் தோன்றுதடா நந்தலாலா!'

தீயில் வைத்த விரல் இனிப்பதாக பாரதியார் சொல்லவில்லை, இன்பம் என்றுதான் சொன்னார். அறிவுமதி அதனை ஒரு திரைப்பாடலில் அழகுற விரித்துரைக்கிறார்:

தீயில் சுடர் தொட,
இனித்திடும் அனுபவம்,
நம் காதல்!

15

ஒரு நாரை. அதற்கு மிகவும் வயதாகிவிட்டது, சிறகுகளெல்லாம் விழுந்துவிட்டன.

இனிமேல் அது பறப்பதே கடினம். இரை பிடிப்பது இன்னும் கடினம்.

அந்த நாரைக்குப் பசிக்கிறது. ஏதாவது சாப்பிடக் கிடைக்குமா என்று யோசிக்கிறது.

அப்போது, அந்த நாரை சேரனின் தொண்டிப்பட்டணத்தை நினைக்கிறது. 'அங்கே கிடைக்கிற அயிரைமீன் ரொம்ப ருசியா இருக்குமே' என்று எண்ணும்போது, அதன் நாவில் எச்சில் ஊறுகிறது.

முன்பு எப்போதோ அந்த நாரை தொண்டிப்பட்டணத்துக்குச் சென்றுள்ளது. அப்போது சாப்பிட்ட அயிரைமீனின் சுவை அதற்கு நினைவில் வருகிறது. 'இப்போ அது கிடைச்சா நல்லா இருக்குமே' என்று நினைக்கிறது.

இந்த நாரை இருப்பது வேறொரு கடற்கரையில். இங்கே இருக்கும் மீன்களைச் சாப்பிடவே அதற்கு உடம்பில் தெம்பு இல்லை. ஆனால் ஆசைமட்டும் தொண்டிப்பட்டணத்து அயிரைமீன் மீது!

இதைப் பார்த்த ஒரு காதலன் தன்னுடைய நெஞ்சை நோக்கி, ‘நீயும் அந்த நாரையைப்போலதான்’ என்கிறான்.

காரணம், அவன் தன்னுடைய காதலியைக் காண ஓர் இடத்துக்குச் சென்றிருந்தான். ஆனால், அவள் அங்கே இல்லை.

உடனே, இவன் மனம் தவிக்கிறது. ஏதேதோ கற்பனைகளில் மூழ்குகிறது. ‘இனிமேல் அவளைக் காண இயலாது, எனக்குத் துன்பம்தான்’ என்றெல்லாம் எண்ணுகிறான்.

‘என் நெஞ்சே, வயதாகி, சிறகு இல்லாமல், இங்கே உட்கார்ந்துகொண்டு தொண்டிப்பட்டணத்து அயிரைமீனுக்கு ஆசைப்படும் நாரையைப்போல, நீ அவளை நினைக்கிறாய். அதனால் பயன் இல்லை. நீ பட்டினி கிடக்கவேண்டியதுதான்’ என்கிறான் அவன்.

குறுந்தொகையில் பரணர் எழுதிய பாடல் இது:

குணகடல் திரையது பறைதபு நாரை,
திண்தேர்ப் பொறையன் தொண்டி முன்துறை
அயிரை ஆர் இரைக்கு அணவந்தாங்கு
சேயள், அரியோள் படர்தி,
நோயை நெஞ்சே! நோய்ப்பாலோயே!

கிட்டத்தட்ட இதேபோன்றதொரு சூழல் ஒரு திரைப்படத்தில் அமைந்தபோது, அதற்குக் கிட்டத்தட்ட இதேமாதிரி ஓர் உவமையைப் பயன்படுத்துகிறார் நா.முத்துக்குமார்.

காதலன் தன்னை ஒருகரையாகவும், காதலியை மறுகரையாகவும் எண்ணிக்கொள்கிறான். இருவரும் சேர இயலாதபடி நடுவில் தனிமை நதியாக ஓடுகிறது. அதனால் வருந்திய அவன், ‘இந்தக் கானல் நீரில் நான் மீன் பிடிப்பது எப்போது?’ என்று ஏங்குகிறான்:

ஒருகரையாக அவளிருக்க,
மறுகரையாக நானிருக்க,

இடையில் தனிமை தளும்புதே நதியாய்!
கானல் நீரில் மீன்பிடிக்கக்
கைகள் நினைத்தால் முடிந்திடுமா?

பொதுவாக, மீன் என்பது காதலியின் கண்ணுக்கு உவமையாகச் சொல்லப்படுவது. அதையே ஒரு பெண்ணுக்கும் உவமையாகச் சொல்வதுண்டு, திரைப்பாடல்களில் இந்த உவமை ஏராளமாகப் பயன்பட்டிருக்கிறது. உதாரணமாக:

தாமரைப்பூமேலே
தாவிடும் மீன்போலே
காமினி நீஎன்
கருத்தினில் பாய்ந்தாயே! (பட்டுக்கோட்டை கலியாணசுந்தரம்)

மீனும் மீனும் மேயுதே,
வேடிக்கையாய்ப் பாயுதே,
ஆனந்தமாய்க் கண்களும்,
அவரை நாடிப்போகுதே! (பட்டுக்கோட்டை கலியாணசுந்தரம்)

மீனே, மீனே, மீனம்மா,
விழியைத் தொட்டது யாரம்மா? (கண்ணதாசன்)

மானழகும், கெண்டை
மீனழகும்
கண்கள் காட்டாதா,
இசை கூட்டாதா! (வாலி)

நதிக்குள் குதிக்கும் மீன்கள்
உன் நீள்விழி கண்டு,
நிலத்தில் வாழும் மீனோ
என வியப்பது உண்டு! (வாலி)

விழிகள் மீனோ,
மொழிகள் தேனோ (வைரமுத்து)

அயிரமீனு கண்ணுக்காரி (வைரமுத்து)

மீனம்மா, மீனம்மா,
கண்கள் மீனம்மா! (பிறைசூடன்)

இவை வர்ணனைகள். இதே மீனைச் சற்றே வேறுவிதமாகக் காட்சிப்படுத்திய பாடல்களும் உண்டு. உதாரணமாக, வைரமுத்துவின் இந்த வரிகள்:

மீன்களைச் சுமப்பதொன்றும்
நீருக்குப் பாரமில்லை,
காதலைச் சுமக்கையிலே,
காதலனும் பாரமில்லை!

தொடர்ந்து நீந்திக்கொண்டே இருக்கும் மீனை நினைவுகளுக்கு உவமையாக்குகின்றன யுகபாரதியின் இந்த வரிகள்:

அயிரை, கெண்டை மீனா
அடங்காம நீந்தும் உன் நெனப்பு!

கெண்டைகள் மனத்தில் துடிக்கின்றன என்று கண்ணதாசனும் எழுதியிருக்கிறார்:

ஆத்துல காத்தடிச்சா அலையோடும்,
கெண்டை விளையாடும்,
இப்போ மனசுல துடிக்குதம்மா!
ஒரு பாடலில், வைரமுத்து இப்படி எழுதினார்:
பெண்ணே, நான் தூண்டில் போட்டால்,
விண்மீனும் தப்பாது!
இதற்கு இன்னொரு பாடலில் வாலி பதில் சொன்னார்:
செம்மீன்கள் மாட்டுகின்ற
வலைகொண்டு வீசினால்
விண்மீன்கள் கையில் வருமா?

அடுத்து, விண்மீனை விட்டுவிட்டுத் தண்ணீரை எடுத்துக்கொண்டார் வைரமுத்து:

வலைகளிலே, மீன்சிக்கலாம்,
தண்ணீர் என்றும் சிக்காது!

> பிறகு, அதற்கு அவரே மறுப்பும் சொன்னார்:
> தண்ணீரைக்கூடச் சல்லடையில் அள்ளலாம்,
> அது பனிக்கட்டியாகும்வரை பொறுத்திருந்தால்!

மீன் என்பது பாண்டியர்களின் சின்னம். இதேபோல் சேரனுக்கு வில், சோழனுக்குப் புலி ஆகியவை சின்னங்கள். இவற்றைக் காதல் பாடல் ஒன்றில் அழகாகப் பயன்படுத்தினார் வாலி:

> மதுரையில் பறந்த மீன்கொடியை உன் கண்களில்
> கண்டேனே, போரில்
> புதுமைகள் புரிந்த சேரன் வில்லைப் புருவத்தில் கண்டேனே,
> தஞ்சையில் பறந்த புலிக்கொடியை உன் பெண்மையில்
> கண்டேனே, இவை
> மூன்றும் சேர்ந்து தோன்றும் உன்னைத் தமிழகம் என்றேனே!

மீன்கொடி பாண்டியனுக்குமட்டுமா? மன்மதனுக்கும் அதுதான் கொடி. எம்.ஜி.வல்லபன் ஒரு பாடலில் எழுதுவது:

> மீன்கொடித் தேரில் மன்மத ராஜன்
> ஊர்வலம் போகின்றான்!

சங்கப்பாடல்களைப் பொறுத்தவரை, மீன் என்பது வெறும் வர்ணனையாக அன்றி, பாடல் சூழலைக் குறிப்பிடும் கருவியாகவும், அதன்மூலம் பல உணர்வுகளை வெளிப்படுத்துவதாகவும் வருகிறது. 'நெய்தல்' திணையில் அமைந்த பாடல்களில் கடற்கரையோர வாழ்க்கை காட்சிப்படுத்தப்படுவதால், மீனுக்கு அங்கே முக்கியத்துவம் அதிகம்.

ஒரு காதலன், தன்னுடைய காதலியைக் காண இரவு நேரத்தில் வருகிறான். அவளும் அவனோடு மகிழ்ச்சியாகவே இருக்கிறாள். ஆனால், தங்கள் திருமணம் விரைவில் நிகழவேண்டும் என்று எண்ணுகிறாள்.

அவனோ அதைப் புரிந்துகொள்ளவில்லை. தொடர்ந்து காதலித்துக்கொண்டே இருக்கலாம் என்று எண்ணுகிறாள்.

இந்த விஷயம் ஊருக்குத் தெரிந்துவிடுகிறது. அவர்கள் அந்தப் பெண்ணைப்பற்றிப் பலவிதமாகப் பேசத் தொடங்குகிறார்கள். அவள் மிகவும் வருந்துகிறாள்.

அவளுடைய தோழி, இந்த விஷயத்தைக் காதலனுக்குப் புரியவைக்கவேண்டும் என்று எண்ணுகிறாள். ஒருநாள், காதலனை நிறுத்திப் பேசத் தொடங்குகிறாள்.

'நெஞ்சுல நல்லா மணம் வீசற சந்தனத்தைப் பூசியிருக்கே, அருமையான மாலை சூடியிருக்கே, தினமும் ராத்திரி நேரத்துல வந்து என் தோழியைச் சந்திக்கறே, உன் நெஞ்சுல தழும்பு வர்ற அளவுக்கு அழுத்தமாக் கட்டித் தழுவறே, அதெல்லாம் நல்லதுதான், என் தோழிக்கும் அதுல சந்தோஷம்தான்!'

'ஆனா, இந்த ஊர் சும்மா இருக்குமா? அது கண்டபடி பேசுதே!'

'அங்கே பாரு, கடல்ல அலைகூடத் தூங்கிடுச்சு. ஆனா, மீனவர்கள் இன்னும் மீன் பிடிச்சுக்கிட்டிருக்காங்க. அவங்களுக்கு வெளிச்சம் தெரியறதுக்காக, ஒரு விளக்கை ஏத்திவெச்சிருக்காங்க. அந்த விளக்கு, ராஜாவோட ராணுவத்துல இருக்கிற யானையோட முகத்துல கட்டின அலங்காரம்மாதிரி ஜொலிக்குது.'

'அந்தமாதிரி, உங்க காதலும் ஊருக்குத் தெரிஞ்சுபோச்சு. கடற்கரைச் சோலையில இருக்கற நாரைங்க சத்தம் போடறமாதிரி, எல்லாரும் பேச ஆரம்பிச்சுட்டாங்க.'

ராத்திரியில் மீன் பிடிக்கிறவர்களைக் காண்பித்து, அதன்மூலம் காதலன் விரைவில் திருமணப்பேச்சைத் தொடங்கவேண்டும் என்று தோழி வலியுறுத்தும் இந்தப் பாடல் அகநானூறில் உள்ளது. எழுதியவர் உலோச்சனார்:

> அரைஉற்று அமைந்த ஆரம் நீவிப்
> புரையப் பூண்ட கோதை மார்பினை,
> நல்அகம் வடுக்கொள முயங்கி நீ வந்(து)
> எல்லினில் பெயர்தல் எனக்கும் ஆர்இனிதே,

பெரும்திரை முழக்கமொடு இயக்கு அவிந்திருந்த
கொண்டல் இரவின் இரும்கடல் மடுத்த
கொழுமீன் கொள்பவர் இருள்நீங்கு ஒண்சுடர்
ஓடாப் பூட்கை வேந்தன் பாசறை
ஆடுஇயல் யானை அணிமுகத்து அசைந்த
ஓடை ஒண்சுடர் ஒப்பத் தோன்றும்
பாடுநர்த் தொடுத்த கைவண் கோமான்
பரிஉடை நல்தேர்ப் பெரியன் விரிஇணர்ப்
புன்னை அம்கானல் புறந்தை முன்துறை
வம்ப நாரைஇனன் ஒலித்தன்ன
அம்பல் வாய்த்த, தெய்ய தண்புலர்
வைகுறு விடியல் போகிய எருமை
நெய்தல்அம் புதுமலர் மாந்தும்
கைதைஅம் படப்பை எம்அழுங்கல் ஊரே!

இரவில் கடலில் மீன் பிடிக்கிறவர்களைக் காட்சிப்படுத்தும் ஒரு திரைப்பாடலில், 'மீனவர்களுக்கு நிலாவே விளக்கு' என்கிறார் வாலி. அதே நிலாவைப் பார்த்தபடி நம்பிக்கையோடு கரையில் காத்திருக்கும் அவர்களுடைய மனைவி, பிள்ளைகளையும் காட்சிப்படுத்துகிறார்:

கட்டிய மனைவி, தொட்டில் பிள்ளை,
உறவைக் கொடுத்தவர் அங்கே!
அலைகடல் மேலே அலையாய் அலைந்து
உயிரைக் கொடுப்பவர் இங்கே!
வெள்ளிநிலாவே விளக்காய் எரியும்
கடல்தான் எங்கள் வீடு!

இரவு நேரத்தில் வந்த காதலனிடம் தோழி இப்படிப் பேசினால், அவன் என்ன செய்வான்?

திருமணத்துக்கான பேச்சுகளைத் தொடங்குவான். அதற்கு அவனுக்குப் பணம் தேவை, அதைச் சேகரிக்கத் தொடங்குவான்.

அதனால், அவனால் காதலியை அடிக்கடி வந்து பார்க்க

இயலாது. அவன் வராமலிருப்பது அவர்களுடைய திருமணத்தை விரைவுபடுத்துவதற்காகத்தான். ஆனால், அது காதலிக்குப் புரியுமா? அவனைக் காணாமல் அவள் வருந்துகிறாள். தன் தோழியிடம் பேசுகிறாள்.

'நம்ம மீனவங்க கடலுக்கு மீன் பிடிக்கப் போகும்போது, காய்ஞ்ச மூங்கிலோட நுனியில கூரான உளியைப் பொருத்தி எடுத்துக்கிட்டுப் போறாங்க, அதை வேகமா எறிஞ்சு சுறா மீனைப் பிடிக்கறாங்க. அதைப் பார்த்துக் கரையில இருந்த அன்னங்கள் பயந்து ஓடுது!'

'அப்படிப்பட்ட கடற்கரையில, நான் என் காதலனைப் பலமுறை சந்திச்சுப் பேசியிருக்கேன். ஆனா, இப்போ அவன் வர்றதே இல்லை. என்னாச்சு? நம்ம நட்பு பகையா மாறிடுச்சா?'

இந்தக் குறுந்தொகைப் பாடலை எழுதியவர் கணக்காயன் தத்தன்:

கொல்வினைப் பொலிந்த கூர்வாய் எறிஉளி
முகம்பட மடுத்த முளிவெதிர் நோன்காழ்
தாங்கு அருநீர்ச்சுரத்து எறிந்து வாங்குவிசைக்
கொடும்திமில் பரதவர் கோட்டுமீன் எறிய
நெடும்கரை இருந்த குறும்கால் அன்னத்து
வெள்தோடு இரியும் வீததை கானல்
கைதைஅம் தண்புனல் சேர்ப்பனொடு
செய்தனெம் மன்ற ஓர் பகைதரு நட்பே!

இப்போது, தோழி அவளிடம் உண்மையைச் சொல்கிறாள், 'சுறாக்கள் நிறைந்த வழியில், தினமும் உன்னைச் சந்திக்க வருவான் உன் காதலன், அவன் இப்போது வருவதில்லை, அதற்குக் காரணம் அவன் அல்ல, என்னுடைய முட்டாள்தனம்தான்' என்கிறாள், 'அவனிடம் நான் இப்படிச் சொன்னேன், அதனால், அவன் இரவில் வருவதில்லை, பகலில் வருவான், உன்னைத் திருமணம் செய்துகொள்வான்' என்று உணர்த்துகிறாள்.

குறுந்தொகைப் பாடல் இது. எழுதியவர் அறிவுடைநம்பி:

அம்ம, வாழி, தோழி! கொண்கன்
தான்அது துணிகுவன் அல்லன், யான்என்
பேதைமையால் பெருந்தகை கெழுமி
நோதகச் செய்தது ஒன்றுஉடையேன்கொல்லோ!
வயச்சுறா வழங்குநீர் அத்தம்
சின்னாள்அன்ன வரவு அறியானே!

இன்னொரு காதலன், தன் காதலியைச் சந்திக்கவேண்டும் என்று விரும்புகிறான். ஆனால், அவனுடைய காதல் உண்மையானதா என்று காண விரும்பிய தோழி அவனிடம் சில கேள்விகள் கேட்கிறாள்.

'ஐயா, நாங்க மீனவக்குடும்பத்தைச் சேர்ந்தவங்க, எங்க வீட்ல உள்ளவங்க கடலுக்கு மீன்பிடிக்கப் போவாங்க, தண்ணியைக் கலக்கி மீன்களைக் கொண்டுவருவாங்க, நாங்க அந்த மீன்களை அறுத்துக் காயவைப்போம், அப்போ அதைத் தின்னவர்ற பறவைங்களை விரட்டுவோம்.'

'இதுதான் எங்க வாழ்க்கை, எங்கமேல எப்பவும் மீனோட வாசனை அடிச்சுக்கிட்டேதான் இருக்கும்!'

'நீங்க அப்படியில்லை, பெரிய தேர்ல வர்றவங்க, பணக்காரக்குடும்பம். உங்களுக்கும் எங்களுக்கும் சரிப்படுமா?'

'கொஞ்சம் தள்ளியே நில்லுங்க, எங்க குடும்பத்துல உள்ள நல்ல ஆணாப் பார்த்து நாங்க எங்க தோழிக்குக் கல்யாணம் செஞ்சுவைக்கறோம்!'

தோழி இப்படிப் பேசக் காரணம், வெறுப்பு அல்ல, அவன் மனத்தில் நிஜமாகவே அவள் இருக்கிறாளா, அல்லது வெறும் கவர்ச்சியா என்று அவள் உறுதிப்படுத்திக்கொள்ள விரும்புகிறாள்.

நற்றிணைப் பாடல் இது. எழுதியவர் பெயர் தெரியவில்லை:

இவளே, கானல் நண்ணிய காமர் சிறுகுடி
நீல்நிறப் பெரும்கடல் கலங்க உள்புக்கு
மீன்எறி பரதவர் மகளே, நீயே
நெடும்கொடி நுடங்கும் நியம மூதூர்க்
கடும்தேர்ச் செல்வன் காதல் மகனே,
நிணச்சுறா அறுத்த உணக்கல் வேண்டி
இனப்புள் ஓப்பும் எமக்கு நலன் எவனோ!
புலவு நாறுதும், செல நின்றீமோ!
பெருநீர் விளையுள் எம் சிறு நல்வாழ்க்கை
நும்மொடு புரைவதோ அன்றே,
எம்மனோரில் செம்மலும் உடைத்தே!

இதற்கு மாறுபட்டு அமைந்த ஒரு திரைப்பாடலில், மருதகாசி மீனை மையமாக வைத்து ஒரு கேள்வி கேட்கிறது: காதலன் காத்திருக்க, அவன் காதலியை வசதியுள்ள இன்னொருவன் திருமணம் செய்துகொள்வது நியாயமா?

ஆத்திலே தண்ணிவர,
அதிலொருவன் மீன்பிடிக்க,
காத்திருந்த கொக்கு அதைக்
கவ்விக்கொண்டு போவதும் ஏன்? அதைப்
பாத்து அவன் ஏங்குவது ஏன்?
இதற்கான காரணத்தையும் அவரே சொல்கிறார்:
ஏற்றத்தாழ்வும் ஏமாற்றும் இவ்வுலகில் இருப்பதுதான்
இத்தனைக்கும் காரணமாம்!

இப்படி எந்த ஏற்றத்தாழ்வும் இல்லாமல், மீன்கள் திருமணத்தில் எல்லாவகை மீன்களும் கலந்துகொள்வதாக ஒரு கலகலப்பான பாடலை எழுதிப் பிரபலமானார் கானா உலகநாதன்:

வாளமீனுக்கும் விலாங்குமீனுக்கும் கல்யாணம், அந்த
சென்னாக்குனிக் கூட்டமெல்லாம் ஊர்கோலம்!
ஊர்வலத்தில் ஆடிவரும் நண்டுதானே நாட்டியம், அய்யா
மேளதாளம் முழங்கிவரும் வஞ்சிரமீனு வாத்தியம்,
பஞ்சாயத்துத் தலைவருன்னா சுறாமீனுதானுங்கோ, அவர்

சொன்னபடி இருவருக்கும் நிச்சயதார்த்தம்தானுங்கோ,
கல்யாணம் நடந்துவருது பாருங்கோ!
மாப்பிள்ள சொந்தபந்தம் மீசக்கார எறாங்கோ,
பொண்ணுக்குச் சொந்தபந்தம் மீசக்காரக் கடுவான்,
இந்த மணமக்களை வாழ்த்துகிற பெரியமனுஷன் யாருங்கோ?
தலைவரு திமிங்கிலம்தானுங்கோ!

அது சரி, திருமணத்துக்குப்பிறகு மாப்பிள்ளை மீன் பெண் மீனின் கண்களை வர்ணிக்கவேண்டுமென்றால் எதை உவமையாகச் சொல்லும்?

16

ஒரு கெண்டைமீன். வயலில் துள்ளிக்கொண்டிருந்தது.

திடீரென்று, அதை ஒரு நாரை கவ்வியது.

ஒரு விநாடி தாமதித்திருந்தாலும், கெண்டை நாரைக்கு இரையாகியிருக்கும். எப்படியோ தப்பித்துத் தண்ணீரில் விழுந்தது.

அதன்பிறகு, நெடுநேரத்துக்கு அந்தக் கெண்டைமீன் நீரின் மேற்பரப்புக்கு வரவில்லை. நாரையை நினைத்து பயம்.

பின்னர் கொஞ்சம் தைரியம் சேர்த்துக்கொண்டு, நீருக்கு மேலே வந்து எட்டிப்பார்த்தது.

மறுகணம், அதிர்ச்சி. அங்கே நாரை நின்றிருந்தது.

பயந்துபோன கெண்டைமீன் சட்டென்று நீரினுள் சென்றது. 'அப்பாடா, உயிர் பிழைச்சேன்!' என்று மகிழ்ந்தது.

உண்மையில், அந்தக் கெண்டைமீன் பார்த்தது நாரையை அல்ல. ஒரு தாமரை அரும்பைதான். அதன் தோற்றம் நாரையைப்போலவே இருந்ததால், பயந்துவிட்டது.

அப்படிப்பட்ட வயல்களைக் கொண்ட ஊரின் தலைவன் ஒருவன். அவனுக்கு ஒரு காதலி.

இந்தக் காதலன் தன்னுடைய காதலியை விட்டுவிட்டுப் பிற பெண்களுடன் திரிந்தான். அதனால் காதலிக்குக் கோபம்.

பின்னர், அவன் திருந்திவிட்டான். மீண்டும் தன் காதலியிடம் செல்ல நினைத்து ஒரு பாணனை அனுப்பினான்.

அந்தப் பாணன் காதலியிடம் வந்து, 'உன் காதலன் உன்னையே நினைத்துக்கொண்டிருக்கிறான், அவனைப்பற்றி மற்றவர்கள் சொல்வது எல்லாம் பொய்' என்றான்.

காதலி சிரித்தாள், 'பாணனே, இப்படிப் பொய் பேசாதே' என்கிறாள், 'உன்னைமாதிரி ஒரு பாணன் பொய் சொன்னால், ஊரில் இருக்கும் எல்லாப் பாணர்களுக்கும் கெட்ட பெயர்!'

மறுநாள், காதலனே வந்தான். தோழி அவனை வீட்டினுள் அனுமதிக்க மறுத்தாள், 'உங்க ஊர் வயல்ல தாமரை அரும்பைப் பார்த்து நாரைன்னு கெண்டைமீன் பயந்தமாதிரி, உனக்காகப் பொய் சொன்ன பாணனால எங்க ஊர்ல எந்தப் பொண்ணும் எந்தப் பாணனையும் நம்பறதில்லை' என்றாள். 'இனிமே இந்தமாதிரி பொய் பேசிக்கிட்டுத் திரியாதே, உன் மனசுக்குப் பிடிச்ச பொண்ணுங்ககிட்டேயே போ!'

குறுந்தொகையில் ஓரம்போகியார் எழுதிய பாடல் இது:

குருகுகொளக் குளித்த கெண்டை அயல
துருகெழு தாமரை வான்முகை வெரூஉம்
கழனிஅம் படப்பைக் காஞ்சி ஊர,
ஒருநின் பாணன் பொய்யன்ஆக
உள்ள பானரெல்லாம்
கள்வர்போல்வர் நீ அகன்றிசினோர்க்கே!

இங்கே வில்லனாக வரும் தாமரைப்பூ இன்னொரு குறுந்தொகைப் பாடலில் நாயகியின் வர்ணனையாகிறது. முற்றிலும் மாறுபட்டதோர் இன்ப உணர்வைத் தருகிறது.

காதலனும் காதலியும் சந்திக்கிறார்கள். அவன் அவளுடைய அழகை வியந்து பாராட்டுகிறான். தன்னுடைய காதலைச்

சொல்கிறான், 'உன்னை எப்போதும் பிரியமாட்டேன், நீ பயப்படாதே' என்கிறான்.

இப்போது, அவள் பயப்பட்டு நடுங்குகிறாள்.

'என்ன ஆச்சு?' என்கிறான் அவன்.

'பிரியமாட்டேன்னு சொன்னீங்களே, அப்படீன்னா, பிரிவுன்னு ஒண்ணு உங்க மனசுல இருக்குன்னுதானே அர்த்தம்? அதை நினைச்சு நான் நடுங்கறேன்!' என்கிறாள் அவள்.

மிகவும் நுணுக்கமான உணர்வு இது. அவனைச் சந்தித்ததுமுதல், அவள் மனத்தில் பிரிவு என்ற எண்ணமே இல்லை, என்றென்றும் அவனோடு இருக்கப்போவதாகத்தான் அவள் எண்ணிக்கொண்டிருக்கிறாள்.

ஆனால் அவனோ, 'பிரியமாட்டேன்' என்று வெளிப்படையாகச் சொல்கிறான். அப்படியானால், பிரிவை எண்ணியிருக்கிறான், அதன்பிறகு, அதை மறுக்கிறான் என்றுதானே அர்த்தம்? அது அவளுக்குப் பயம் தருகிறது. பிரிவு என்ற சிந்தனையே இல்லாத எண்ணம் கேட்கிறாள் அவள்.

காதலன் சிரிக்கிறான், 'நான் அஞ்சாதே என்று சொன்னால், அதை நினைத்து அஞ்சுகிறாயே' என்று அவளைக் கேலி செய்கிறான், 'உன்னோட கூந்தல், குவளைமலர்போல மணக்குது, உன்னோட சிவந்த வாய், ஆம்பல்மலர்போல மணக்குது, உன்னோட உடம்புல இருக்கற சின்னச் சின்னப் புள்ளிகளெல்லாம், தாமரைமலரோட மகரந்தம்போல என்னை மயக்குது, இப்படிப்பட்ட உன்னைப் பிரிஞ்சு நான் போவேனா?' என்கிறான், 'கடல் சூழ்ந்த இந்த உலகமே எனக்குக் கிடைச்சாலும், உன்னை விட்டுப் போகமாட்டேன். அதைப்பத்தி யோசிக்காதே!'

சிறைக்குடி ஆந்தையாரின் பாடல் இது:

> குவளை நாறும் குவைஇரும் கூந்தல்,
> ஆம்பல் நாறும் தேம்பொதி துவர்வாய்க்

குண்டுநீர்த் தாமரைக் கொங்கின் அன்ன
நுண்பல் தித்தி மாஅயோயே,
நீயே 'அஞ்சல்' என்றஎன் சொல் அஞ்சலையே,
யானே, குறுங்கால் அன்னம் குவவுமணல் சேக்கும்
கடல்சூழ் மண்டிலம் பெறினும்
விடல்சூழலன் நான் நின்னுடை நட்பே!

இதேபோல் இன்னொரு காதலன், தன் காதலியிடம் சும்மா வேடிக்கைக்காக, 'நான் உன்னை மறந்துட்டா என்ன செய்வே?' என்று கேட்கிறான்.

அவள் பேசாமல் இருக்கிறாள்.

'இன்னொருத்தரைக் காதலிப்பாயா?' என்று சீண்டுகிறான் அவன்.

அவள் அமைதியாக, 'நான் தாமரையைப்போல' என்கிறாள்.

'அது தெரியுமே' என்கிறான் காதலன், 'உன் முகத்தைப் பார்த்தா எல்லாரும் சொல்லிடுவாங்க!'

'முகம்மட்டுமில்லை, நான் முழுக்கத் தாமரைதான்' என்கிறாள் அவள், 'நீதான் என்னோட சூரியன், நீ வந்தா நான் மலர்வேன், இல்லாட்டி சோர்ந்து கிடப்பேன். நான் சூரியனைமட்டும் பார்க்கற தாமரை, நிலாவையோ விண்மீனையோ பார்க்கமாட்டேன். நீ என்னைக் காதலிச்சாலும் சரி, மறந்துட்டாலும் சரி, நான் உன்மேல வெச்சிருக்கிற காதல் மாறாது, இன்னொருத்தர்மேல அது ஏற்படாது!'

இந்த வரிகள் பழநிபாரதியுடையவை:

'உன்னை நான் மறந்தவேளையில்,
உன் காதல் மாறுமா?
விடிகாலைத் தாமரைப் பூவிது,
விண்மீனைப் பார்க்குமா?'

அடுத்து, அவள் கேட்கிறாள், 'ஊர்முழுக்க அழகழகா

எத்தனையோ பெண்கள் இருக்காங்களே, உனக்கு என்மேல ஏன் காதல் வந்தது?'

'எத்தனை பேர் இருந்தா என்ன? நான் தேடறமாதிரி நீதானே இருக்கே?'

'கொஞ்சநாள் கழிச்சு எனக்குத் தலையெல்லாம் நரைச்சுடுமே, அப்பவும் இதேமாதிரி என்னை ரசிப்பியா?'

அவன் சிரிக்கிறான், 'காதலிக்கு நரைக்கலாம், காதலுக்கு ஏது நரை?'

'பலகோடி பெண்களிலே
எதற்குஎன்னைத் தேடினாய்?
நான் தேடும் பெண்ணாக,
நீதானே தோன்றினாய்!
நரைகூடும் நாட்களிலே,
என்னைக் கொஞ்சத்தோன்றுமா?
அடி போடி, காதலிலே
நரைகூடத் தோன்றுமா?'

ஒரு காதலன், தன் காதலியைப் பார்க்க வருகிறான். அவனை வீட்டினுள் அனுமதிக்க மறுக்கிறாள் தோழி. 'ஏன்ய்யா, உனக்கு வெக்கமே கிடையாதா?'

'உங்க ஊர்ல நெருப்புப் பத்தி எரியறமாதிரி சிவந்த தாமரைப்பூ வயல்ல விளைஞ்சிருக்கும்' என்கிறாள் தோழி, 'அந்தத் தாமரைங்களுக்கு நடுவுல இருக்கற நெல்லை அறுவடை செஞ்சு வண்டியில போட்டுச் சந்தைக்குக் கொண்டுபோவாங்க. வழியில அந்த வண்டி சேத்துல மாட்டிக்கிட்டா, அதை மேல கொண்டுவர்றதுக்குக் கரும்புகளைப் போடுவாங்க.'

ஆனை கட்டிப் போரடித்த கற்பனை கேள்விப்பட்டிருக்கிறோம், அதேமாதிரிதான் இதுவும். சேற்றில் சிக்கிய வண்டியை மேலே கொண்டுவருவதற்குக் கரும்பைப் பயன்படுத்துகிறார்கள்.

அது சரி, இத்தனை வளமான ஊரிலிருந்து வந்த காதலனைத் தோழி ஏன் திட்டுகிறாள்? அவன் தன் காதலியைச் சந்திக்கக்கூடாது என்று ஏன் சொல்கிறாள்?

அவன் இன்னொரு பெண்ணோடு ஊர் சுற்றியிருக்கிறான். அவர்கள் இருவரும் தண்ணீரில் நீந்தி விளையாடியதை ஊரே பார்த்திருக்கிறது.

இதைக் கேள்விப்பட்டுக் காதலிக்கு வருத்தம். ஆனால், காதலனை விட்டுக்கொடுக்க இயலுமா? 'அதெல்லாம் ஒண்ணுமில்லை' என்று பூசி மெழுகுகிறாள்.

ஊர் அதை நம்பவில்லை. அவனைப்பற்றிப் பலவிதமாகப் பேசுகிறது. 'சேர, சோழ அரசர்களோட கடல்போன்ற படைகளைப் பாண்டியன் ஜெயிச்சபோது அங்கே எழுந்த வெற்றிச் சத்தத்தைவிட, இந்த வதந்திச் சத்தம் அதிகமா இருக்கு' என்கிறாள் தோழி.

அதனால்தான் தோழி அவனை வீட்டுக்குள் அனுமதிக்க மறுக்கிறாள். 'வண்டியைச் சேத்துக்குள்ளேயிருந்து எடுக்கறதுக்காக நல்ல கரும்பை வீணாக்கினமாதிரி, யாருக்காகவோ நீ உன் காதலி மனசை வருந்தச்செய்யலாமா?'

பரணர் எழுதிய அகநானூற்றுப் பாடல் இது:

'எரி அகைந்தன்ன தாமரை இடைஇடை
அரிந்து கால் குவித்த செந்நெல் வினைஞர்
கள்கொண்டு மறுகும் சாகாடு அளற்றுஉறின்
ஆய்கரும்பு அடுக்கும் பாய்புனல் ஊர,
பெரிய நாண்இலை மன்ற! பொரிஎனப்
புன்கு அவிழ் அகல் துறை பொலிய, ஒள்நுதல்
நறுமலர் காண்வரும் குறும்பல் கூந்தல்
மாழை நோக்கின் காழ்இயல் வனமுலை
எஃகுஉடை எழில் நலத்து ஒருத்தியொடு நெருநை
வைகுபுனல் அயர்ந்தனை என்ப, அதுவே
பொய்புறம் பொதிந்தி யாம் கரப்பவும், கையிகந்து

அலர்ஆகின்றால்தானே, மலர்தார்
மைஅணி யானை மறப்போர்ச் செழியன்
பொய்யா விழவின் கூடல் பறந்தலை
உடன் இயைந்துஎழுந்த இருபெருவேந்தர்
கடல்மருள் பெரும்படை கலக்கத் தாக்கி
இரங்குஇசை முரசம்ஒழியப் பரந்துஅவர்
ஓடுபுறம் கண்ட ஞான்றை
ஆடுகொள் வியன்களத்து ஆர்ப்பினும் பெரிதே!

நற்றிணையில் ஒரு காதலன். அவன் எங்கேயோ வெளியூர் செல்லப்போவதாக ஊரில் பேசிக்கொள்கிறார்கள்.

இதைக் கேட்டு அவனுடைய காதலியின் தோழி பதறுகிறாள். அவளிடம் சென்று விஷயத்தைச் சொல்கிறாள், 'உன் காதலன் உன்னைப் பிரிஞ்சுபோய்டுவான்னு சொல்றாங்களே.'

காதலி சிரித்து, 'சான்ஸே இல்லை!' என்கிறாள்.

'எப்படிச் சொல்றே?'

'உனக்கு என் காதலனைப்பத்தித் தெரியலை, அதனாலதான் இப்படிப் பேசறே!' என்கிறாள் காதலி, 'அவன் சொன்ன சொல் மாறமாட்டான். என்னைப் பிரியமாட்டேன்னு வாக்குக் கொடுத்திருக்கான், கண்டிப்பாப் பிரியமாட்டான்!'

இப்படிச் சொன்ன அவள், தொடர்ந்து அவனைப் புகழ்ந்து பேசுகிறாள், 'அவன் இனிமையாப் பழகறவன், என்னைப் பிரியறதைப்பத்திக் கற்பனைகூடச் செய்யமாட்டான்!'

'தாமரைப்பூவோட மகரந்தத்தைக் குடிச்ச வண்டு, அதைச் சந்தன மரத்தோட உச்சியில கொண்டுபோய்ச் சேர்க்குது ஒரு வண்டு. அது பின்னாலே இனிமையான தேனா மாறுது. அதுபோல, எங்கயோ இருந்த அவனோட மனசும் அவனோட மனசும் காதல்ங்கற வண்டால இணைஞ்சாச்சு, தேனான வாழ்க்கை அமைஞ்சாச்சு.'

'அதெல்லாம் சரி, ஆனா, அவன் கிளம்பப்போறான்னு

எல்லாரும் சொல்றாங்களே.'

'சொல்லட்டும், அதைப்பத்தி எனக்குக் கவலை இல்லை!' என்கிறாள் காதலி, 'தண்ணீர் இல்லாம இந்த உலகம் இல்லை. அதுபோல, அவன் இல்லாம எனக்கு வாழ்க்கை இல்லை. இது அவனுக்கும் தெரியும்! அவன் என்னைப் பிரிஞ்சு எங்கேயும் போகமாட்டான்!'

கபிலரின் பாடல் இது:

நின்ற சொல்லர், நீடு தோன்று இனியர்,
என்றும் என் தோள் பிரிபு அறியலரே,
தாமரைத் தண்தாது ஊதி, மீமிசைச்
சாந்தில் தொடுத்த தீம்தேன்போல,
புரைய மன்ற, புரையோர் கேண்மை,
நீர்இன்று அமையா உலகம்போலத்
தம்இன்று அமையா நம் நயந்துஅருளி
நறுநுதல் பசத்தல் அஞ்சிச்
சிறுமை உறுபவோ, செய்பு அறியலரே!

இந்தப் பாடலில் தாமரை காதல் நெருக்கத்தைக் காட்டியது. அதற்கு எதிராக, வாலியின் திரைப்பாடலொன்றில் அதைப் பிரிவைச் சொல்ல உவமையாகப் பயன்படுத்துகிறார்.

ஓர் ஆணும் பெண்ணும் கணவன் மனைவியாக வாழ்கிறார்கள். ஆனால், அவர்களுக்குள் நேசம் இல்லை. அதைச் சொல்லத் தாமரையும் நீர்த்துளியும் பயன்படுகின்றன:

'தாமரைமேலே, நீர்த்துளிபோல்
தலைவனும் தலைவியும் வாழ்வதென்ன!
நண்பர்கள்போலே வாழ்வதற்கு
மாலையும் மேளமும் தேவையென்ன!'

இதே உவமையை வைரமுத்துவும் பயன்படுத்துகிறார். ஆனால் அதனைக் காதல் பாட்டாக்கிவிடுகிறார்:

'தாமரைப்பூவுக்கும்
தண்ணிக்கும்
என்னிக்கும்
சண்டையே வந்ததில்ல!'

ஒரு தாமரைமட்டும் இருந்தால் பிரச்னையில்லை, ஆம்பலும் இருந்துவிட்டால்?

அதுதான் இந்த ஐங்குறுநூற்றுப் பாடலில் பிரச்னை. ஒரு காதலன், அவனுக்கு ஒரு காதலி, இவர்களோடு மூன்றாவதாக ஒருத்தியும். போதாதா? சண்டை வந்துவிட்டது.

இவள் அவளைப்பற்றி ஏதேதோ பேச, பதிலுக்கு அவள் இவளைப்பற்றிப் பேச, பிரச்னை பெரிதாகிறது. காதலி வந்து காதலனிடம், 'நான் எதுவும் பேசலை, அவதான் வேணும்ன்னே வம்பிழுக்கறா' என்கிறாள்.

காதலன் திருதிருவென்று விழிக்கிறான். காதலி தொடர்ந்து சொல்கிறாள், 'அதிகாலை நேரத்துல, ஆம்பல் பூக்கும், அதைப் பார்க்கறவங்க அது தாமரையோன்னு நினைச்சுடுவாங்க, அப்படிப்பட்ட ஊரைச் சேர்ந்த தலைவனே! அவளைச் சும்மா இருக்கச் சொல்லு.'

இந்த இடத்தில் இந்த வர்ணனை எதற்கு?

ஆம்பல் அழகான மலர்தான். ஆனால், தாமரையோடு ஒப்பிட்டால், அது அத்தனை சிறப்பானது அல்ல. 'இருட்டுல ஆம்பலைத் தாமரைன்னு நினைக்கறமாதிரி நீ அவளை எனக்கு இணையாப் பார்க்கறே' என்று மறைமுகமாகப் புரியவைக்கிறாள் அவள்.

ஓரம்போகியாரின் அந்தப் பாடல்:

'கன்னி விடியல் கணைக்கால் ஆம்பல்
தாமரைபோல மலரும் ஊர,
பேணாளோ நின் பெண்டே,

யான் தன் அடக்கவும் தான் அடங்கலளே!'

தாமரை பகலில் மலரும், இரவில் கூம்பியிருக்கும் என்பதை வைத்துப் பல கவிதைகள், திரைப்பாடல்கள் உண்டு. அதைத் திருப்பிப்போட்டுத் திகைப்பளித்தவை புலமைப்பித்தனின் இந்த வரிகள்:

'ராத்திரியில் பூத்திருக்கும்
தாமரைதான் பெண்ணோ!'

இதனைப் பெண்ணியரீதியில் பார்த்து உணர்ச்சிவயப்படுவதைவிட, 'தாமரை ஒரு நாளில் பாதிதான் பூத்திருக்கும், ஆனால் நீயோ நாள்முழுவதும் பூத்திருக்கிறாய்' என்று காதலன் சொல்வதாக நினைத்துக்கொள்ளவேண்டியதுதான். அதாவது, 'ராத்திரியிலும்' பூத்திருக்கும் தாமரைதான் பெண்ணோ!

பாரதியும் பெண்ணைத் தாமரை என்கிறான். அதுவும், புதுமைப்பெண்ணை!

போற்றி, போற்றி, ஓர்ஆயிரம் போற்றி! நின்
பொன்அடிக்குப் பல்லாயிரம் போற்றி காண்,
சேற்றிலே புதிதாக முளைத்ததோர்
செய்ய தாமரைத் தேமலர்போல் ஒளி
தோற்றி நின்றனை, பாரத நாட்டிலே
துன்பம் நீக்கும் சுதந்தர பேரிகை
சாற்றிவந்தனை, மாதரசே! எங்கள்
சாதி செய்த தவப்பயன், வாழி நீ!

ஆணுக்கும் தாமரை உவமை ஆகும். கண்ணதாசன் அதனை ஒரு காதல் பாட்டில் சொல்கிறார்.

காதலன் காதலியைப்பார்த்து அவளுடைய கூந்தல் வண்ணத்தையும் குங்கும வண்ணத்தையும் பாராட்டி, 'குங்குமம் அணிந்த உன் முகம் ரோஜாப்பூ' என்கிறான். பதிலுக்கு அவள், 'குங்குமம் வைத்த உன் கை தாமரைப்பூ' என்கிறாள்:

'கூந்தல் கருப்பு,

குங்குமம் சிவப்பு,
கொண்டவள் முகமோ ரோஜாப்பூ!
கொடுத்தவர் கரமோ தாமரைப்பூ!'

இத்தனை கவிஞர்கள் தாமரையைப் பாட, கவிஞர் தாமரை மலர் தாமரையைப்பற்றிப் பாடியிருக்கிறாரா?

'நெஞ்சுக்குள் பெய்திடும் மாமழை,
நீருக்குள் மூழ்கிடும் தாமரை.'

'வெள்ளத்தனைய மலர் நீட்டம்' என்பார் வள்ளுவர். நீரின் மட்டம் அதிகரிக்கும்போது, தாமரைத்தண்டின் நீளமும் அதிகரித்துவிடும். ஆகவே, அது நீரில் மூழ்காது. ஆனால், அவளைக் காதலித்தவுடன், நெஞ்சுக்குள் மாமழை பெய்ய, அதில் தாமரையே மூழ்கிப்போனதாம்!

17

ஒரு காதலன், காதலியைப் பிரிந்து வேறு சில பெண்களுடன் வாழுகிறான்.

பின்னர், அவன் மனம் தெளிந்து திரும்பி வருகிறான். காதலியும் அவனுடைய பிழைகளை மன்னித்து ஏற்றுக்கொள்கிறாள்.

ஆனால், அந்தத் தோழிக்குமட்டும் மனம் இன்னும் ஆறவில்லை. காரணம், அவன் அவளைப் பிரிந்திருந்தபோது, அவள் சந்தித்த துயரங்களையெல்லாம் தோழிதானே நேரில் பார்த்திருக்கிறாள்! இந்த அளவுக்கு அவளைத் தவிக்கவி[illegible] அவள் காதலன்மீது அவளுக்கு வருத்தம் இருக்கிறது.

ஒருவேளை, நாளைக்கு இவன் இதே தவறை மீண்டும் செய்யமாட்டான் என்று என்ன நிச்சயம்? இன்னொருமுறை மற்ற பெண்ணின்மீது இவன் நினைப்பு போகக்கூடாது என்றால், இவளுடைய பெருமையை அவன் உணரவேண்டும். இவளை அவன் பிரிந்தபோது இங்கே நடந்தவற்றை அவனுக்குச் சொல்லவேண்டும் என்று எண்ணுகிறாள்.

அதற்கு அந்தக் காதலனே வழி செய்கிறான். ஒருநாள் பேச்சுவாக்கில், 'முன்பு நான் இங்கே இல்லாதபோது நீங்க என்ன செஞ்சீங்க?' என்பதுபோல் கேட்கிறான். தோழி பதில் சொல்கிறாள், 'வேற ஒண்ணுமில்லை, வேண்டிக்கிட்டிருந்தோம்!'

'என்ன வேண்டினீங்க?'

'நான் ஏதேதோ வேண்டினேன், உன் காதலி ஒரே ஒரு விஷயம்தான் வேண்டினா!'

'அப்படியா? அது என்ன விஷயம்?'

'இந்த நாடு நல்லா இருக்கட்டும், அதற்கு இந்த நாட்டோட அரசன் நல்லா இருக்கட்டும், பசி, நோய் எல்லாம் நம்ம பக்கத்துலயே வராம ஓடிடட்டும்ன்னு வேண்டினா!'

தோழி இப்படிச் சொன்னதும், தன் காதலியின் நல்ல மனத்தைப் புரிந்துகொள்கிறான் காதலன். என்னதான் அவளுக்குத் தனிப்பட்ட துயரம் இருந்தாலும், நாடு நன்றாக இருக்கவேண்டும் என்று பொதுநலத்துடன் சிந்திப்பது, வேண்டிக்கொள்வது பெரிய விஷயமல்லவா!

அதேசமயம், அவள் தன்னைப்பற்றி வேண்டிக்கொள்ளவில்லையா என்று அவனுக்கு ஓர் ஆதங்கம் ஏற்பட்டிருக்கும். அதைப் புரிந்துகொண்டாற்போல் தோழி தொடர்ந்து சொல்கிறாள், 'நான் என்ன வேண்டிக்கிட்டேன் தெரியுமா?' என்று பல விஷயங்களைப் பட்டியல் போடுகிறாள். அவற்றில் ஒன்று:

'ஆண்முதலை பெரிய மீன்களைச் சாப்பிடற குளிர்ந்த நீர்த்துறையோட தலைவன் தேர் எங்க வீட்டு வாசல்ல நிக்கணும்ன்னு நான் வேண்டிக்கிட்டேன்!'

மிக எளிய வேண்டுதல்தான். ஆனால் அது எத்தனை விஷயங்களைச் சொல்லிவிடுகிறது!

அப்போது அந்தக் காதலனின் தேர் பல வீட்டு வாசல்களில் நின்றுகொண்டிருந்தது. அது பெருமைக்குரிய விஷயம் அல்ல.

ஊருக்கெல்லாம் பசி, பிணி செல்லவேண்டும் என்று இவள் வேண்டுகிறாள், ஆனால் இவளுடைய காதலன் வேறெங்கோ சென்று இவளுக்கு வருத்தம் உண்டாக்கிக்கொண்டிருக்கிறான்.

இவள் ஊருக்காக வேண்டட்டும், எனக்கு இவள்தான் ஊர், இவளுடைய நலன்தான் எனக்கு முக்கியம். ஆகவே, அவனுடைய தேர் இவள் வீட்டுக்கு வரவேண்டும், வேறு

எங்கும் செல்லாமல் இங்கேயே தங்கவேண்டும், இதைத்தான் நான் வேண்டுவேன் என்று எண்ணுகிறாள் தோழி.

அதை இப்போது சொல்வதன்மூலம், அவன் செய்த தவறையும் சுட்டிக்காட்டிவிடுகிறாள், 'ஒவ்வொரு பெண்ணுடைய வீடாகச் சென்று வாசலில் தேரை நிறுத்திவைத்தாயே, அதைப் பார்க்கிறவர்கள் என்ன நினைத்திருப்பார்கள், உன்னுடைய பெருமைக்கு அது இழுக்கல்லவா? உன் தனிப்பட்ட சுகத்தைப் பார்த்த நீ இதை யோசித்தாயா?' என்பதையும் மறைமுகமாகக் கேட்டுவிடுகிறாள்.

இங்கே பயன்படுத்தப்படும் முதலை உவமையும் ரசமானது. முதலை தன்னோடு அதே நீர்நிலையில் வாழும் பெரிய மீன்களைத் தின்று தன் பசியை ஆற்றிக்கொள்வதுபோல, காதலியை வருத்தப்படுத்தி அவன் மகிழ்ச்சிகண்டிருக்கிறான். அதையும் சுட்டிக்காட்டிவிடுகிறாள் தோழி.

ஐங்குறுநூறில் ஓரம்போகியார் எழுதிய பாடல் இது:

> 'வாழி ஆதன், வாழி அவினி,
> பசி இல்லாகுக, பிணிசேண் நீங்குக'
> என வேட்டோளே யாயே, யாமே,
> 'முதலைப் போத்து முழுமீன் ஆரும்
> தண் துறைஊரன் தேர் எம்
> முன்கடை நிற்க' என வேட்டோமே!

இன்னொரு காதலன், இவனுக்குக் காதலிமீது நேசம் அதிகம். அவளை ஒவ்வொரு நாளும் பார்க்கவேண்டும் என்று துடிக்கிறான். அதற்காக இரவு நேரத்தில் கிளம்பி வருகிறான்.

அவளுடைய வீட்டுக்கும் அவனுடைய வீட்டுக்கும் இடையே ஒரு நீர்நிலை. அதைக் கடக்கப் படகுகள்கூட இல்லை.

அதைப்பற்றி அவன் கவலைப்படவில்லை. நீந்திக் கடந்து வருகிறான்.

காதலிக்கு அவனைப் பார்ப்பதில் மகிழ்ச்சி. அதேசமயம்,

அவன் கடந்து வரும் நீர்நிலையை நினைத்து பயம். 'அதில் முதலையெல்லாம் இருக்குமாமே' என்கிறாள்.

'உண்மைதான், அந்த வழியில யாருமே நீந்தி வராதபடி நடுவுல படுத்துக்கிட்டிருக்கும்!'

'ஆனா, அவன் வரானே! அது எப்படி?'

'உன்மேல இருக்கிற ஆசையினால, முதலையைக் கவனிக்காம நீந்திவர்றானோ? ஒருவேளை, முதலைக்குத் தெரியாம ஒளிஞ்சுவர்றானோ? முதலைமேல ஏறித் தாவிவர்றானோ?'

இதை நினைக்க நினைக்கக் காதலிக்குத் திகைப்பாக இருக்கிறது. ஒவ்வொரு நாளும் அவன் நலத்துடன் வந்துசெல்லவேண்டுமே என்று எண்ணி வருந்துகிறாள்.

தோழிக்கு இரட்டைக் கவலை, ஒருபக்கம் தன்னுடைய சிநேகிதியின் மன வருத்தம், இன்னொருபக்கம் அவளுடைய காதலன் வரும் வழியில் உள்ள முதலைகளை எண்ணி வருத்தம், 'இரட்டைப்பிள்ளைகள் பெற்ற ஒரு தாய், இருவருக்கும் ஒரே நேரத்தில் துயரம் வந்தால் யாருக்காக வருந்துவாள்?' என்கிறாள்.

அவளுக்கு இரண்டு பிள்ளைகளையும் காப்பாற்றத்தான் ஆசை. ஆகவே, காதலனிடம் இதுபற்றிப் பேசத் தீர்மானிக்கிறாள்.

ஒருநாள் இரவு நேரம், அவன் அவளைப் பார்க்க வருகிறான். வழக்கமாகச் சந்திக்கும் இடத்தில் நிற்கிறான்.

தோழி அவனைச் சந்திக்க வருகிறாள். 'உன் காதலிக்கு வீட்டுல காவல் வெச்சுட்டாங்க. அவளால இப்படி உன்னைச் சந்திக்க இரவு நேரத்துல வர இயலாது!' என்கிறாள். 'நீயும் இப்படி இரவு நேரத்துல வர்றது பாதுகாப்பில்லை.'

இப்படிச் சொல்வதன்மூலம், கல்யாணப் பேச்சை எடுப்பதுதான் ஒரே வழி என்று அவனுக்கு உணர்த்துகிறாள் தோழி. 'அதுக்கப்புறம் ராத்திரி நேரத்துல முதலைங்களோட சண்டை போட்டு யாருக்கும் தெரியாம இவளைப் பார்க்கவேண்டியதில்லை. ஊர்முன்னாலே கம்பீரமா வாழலாம்' என்கிறாள்.

இந்தக் குறுந்தொகைப் பாடலை எழுதியவர் கவைமகன்:

கொடும்கால் முதலைக் கொள்வல் ஏற்றை
வழிவழக்கு அறுக்கும் கானல்அம் பெரும்துறை
இனமீன் இரும்கழி நீந்தி நீ நின்
நயன்உடைமையின் வருதி, இவள்தன்
மடன்உடைமையின் உயங்கும், யான் அது
கவைமக நஞ்சுஉண்டாஅங்(கு)
அஞ்சுவல் பெரும! என் நெஞ்சத்தானே!

அதேநேரம், அங்கே வீட்டில் இருக்கிற காதலியின் மனோநிலை எப்படி இருக்கும்? அதனை நற்றிணையில் உலோச்சனார் எழுதிய ஒரு பாடலில் காணலாம்.

காதலன் ஒவ்வொரு நாளும் வருகிறான், அவள்மீது இருக்கும் ஆசையில் முதலையைக்கூடப் பொருட்படுத்தாமல் வந்து அவளுடன் இருக்கிறான். அப்போதெல்லாம் அவள் நெஞ்சில் காதலுடன் பெருமிதமும் பொங்கும். எதுவும் தங்களைத் தொட்டுவிட இயலாது என்று தைரியம் வரும். இதைச் சொல்ல ஓர் அருமையான உவமையைக் குறிப்பிடுகிறாள் அவள்.

ஒரு நாடு. அதைச் சுற்றிப் பெரிய மதில்சுவர்.

அந்த நாட்டின்மீது வேறொருவன் படையெடுத்துவருகிறான். இதை எப்படிச் சமாளிப்பது என்று அரசன் சிந்திக்கிறான்.

என்னதான் பெரிய மதில்சுவர் இருந்தாலும், எதிரி இடித்தால் உடைந்துவிடுமே. அந்த மதில்சுவரின்மீது வீரர்கள் இருக்கவேண்டும். அவர்கள் எதிரிகளை அருகே நெருங்கவிடாமல் போரிடவேண்டும். அப்போதுதான் மதில்சுவர் பாதுகாக்கப்படும், அந்தத் தேசமும் பாதுகாப்பாக இருக்கும்.

இந்த நாட்டின் மதில்சுவரும் சரி, அதில் உள்ள வீரர்களும் சரி, மிகவும் சிறந்தவர்கள். ஆகவே, எதிரியால் தங்களை நெருங்கவே இயலாது என்று அந்தப் படையில் உள்ள ஒவ்வொரு வீரனும் நினைக்கிறான். அதன்மூலம் அந்த ராணுவம் மேலும் பலப்படுகிறது.

‘அவனோடு இருக்கும்போது, நானும் அப்படித்தான் உணர்கிறேன்’ என்கிறாள் காதலி. ‘மிகவும் மகிழ்ச்சியாக, மிகவும் பாதுகாப்பாக, மிகவும் திருப்தியாக!’

ஆனால் இப்போது, அவன் அவளோடு இல்லை. வீட்டில் அவளைத் தனியாகப் பூட்டிவைத்துவிட்டார்கள்.

ஆகவே, சும்மா எங்கேயோ கேட்கிற பறவையின் குரல்கூட அவளை நடுங்கவைக்கிறது. பயப்படுகிறாள், ‘அது என் காதலனுடைய தேராக இருக்குமோ?’ என்று அஞ்சுகிறாள், ‘என்னைப் பார்க்காமல் அவன் எப்படியெல்லாம் தவிக்கிறானோ!’ என்று எண்ணி வருந்துகிறாள்:

‘விசும்புஉறழ் புரிசை வெம்பமுற்றிப்
பைங்கண் யானை வேந்து புறத்துஇறுத்த
நல்எயில் உடையோர் உடையம் என்னும்
பெரும்தகை மறவன்போலக் கொடும்கழிப்
பாசுஅடை நெய்தல் பனிநீர்ச் சேர்ப்பன்
நாம முதலை நடுங்குபகை அஞ்சான்
காமம் பெருமையன் வந்தஞான்றை
அருகாது ஆகிய வன்கண் நெஞ்சம்,
நள்என் கங்குல் புள்ஒலி கேள்தொறும்
‘தேர்மணித் தெள்இசைகொல்’ என
ஊர்மடி கங்குலும் துயில் மறந்ததுவே!’

அகநானூற்றில் ஒரு காதலி, அவளுடைய காதலனும் இதேபோல் இரவு நேரத்தில் நெடுந்தூரம் கடந்து வந்து அவளைச் சந்திக்கிறான். அது அவளுக்கு பயம் தருகிறது.

இதைப் புரிந்துகொண்ட தோழி, காதலனைச் சென்று சந்திக்கிறாள், ‘இனிமேல் இரவில் வராதே’ என்கிறாள்.

‘ஏன் அப்படிச் சொல்றே?’

‘நீ வர்ற வழி என்ன சாதாரணமானதா? காட்டாத்துல வெள்ளம் பெருகி வருது, அதுல தண்ணி இருக்கறதே தெரியாத அளவுக்கு

மேலே மலர்கள் விழுந்து போர்த்தியிருக்கு!'

'அந்த ஆத்துல அங்கங்கே முதலைங்க திரியுது. அதுகூட, வெள்ளத்தைப் பார்த்து பயந்து கல்மேல ஏறிக்குது, அந்தக் கல்லுல மோதித் தண்ணி பாயுது!'

'ஆத்துல குளிக்க வந்த யானைங்களையெல்லாம் வெள்ளம் இழுக்குது. அதனால மதயானைகூட பயந்து நடுங்குது.'

'அப்படிப்பட்ட வெள்ளத்துல, பயமே இல்லாத ஓர் ஆண் பன்றியைப்போல நீ நீந்தி வர்றே. அதுவும் ராத்திரி நேரத்துல.'

'யாராவது இந்தமாதிரி ஒரு வெள்ளத்துல ராத்திரியில கால் வைப்பாங்களா? உனக்கு அவமேல இருக்கிற அன்பு புரியுது. ஆனா, அதுக்கு இவ்ளோ ஆபத்தைச் சந்திக்கணுமா? உனக்கு ஏதாவது ஆகிட்டா அவ நிலைமை என்ன?'

'சாதாரணமான வழியிலயே பல ஆபத்துகள் இருக்கு. நீ வர்றது ஏற்கெனவே ஆபத்தான வழி. இனிமே இது வேண்டாம். ஒவ்வொரு நாளும் உன்னை நினைச்சு நாங்க கவலைப்படறது வேண்டாம்.'

'அப்ப நான் என்ன செய்யறது? என் காதலியை நான் எப்படிச் சந்திக்கறது?'

'எங்க தோட்டத்துக்குப் பக்கத்துல ஒரு காந்தள் புதர் இருக்கு, தெரியுமா? அங்கே யாரும் வரமாட்டாங்க, நீ அவளைப் பகல் நேரத்துல அங்கயே சந்திக்கலாம்' என்கிறாள் தோழி, 'மலை மூங்கில்மாதிரி எங்கம்மா காப்பாத்தி வளர்த்த தோள் உன் காதலியோடது, அதை வருத்தப்படுத்தாதே, இதுமாதிரி ராத்திரி நேரத்துல முதலைங்க திரியற காட்டு வெள்ளத்துல நீந்தி வராதே!'

கபிலரின் பாடல் இது:

> நீர்நிறம் கரப்ப ஊழ்உறுபு உதிர்ந்து
> பூமலர் கஞலிய கடுவரல் கான்யாற்றுக்

கரா அம்துஞ்சும் கல்உயர் மறிசுழி
மராஅ யானை மதம்தப ஒற்றி
உராஅ ஈர்க்கும் உட்குவரு நீத்தம்
கடும்கண் பன்றியின் நடுங்காது துறந்து
நாம அரும்துறைப் பேர்தந்து யாமத்(து)
ஈங்கும் வருபவோ, ஓங்கல் வெற்ப,
ஒருநாள் விழுமம் உறினும் வழிநாள்
வாழ்குவள் அல்லள் என் தோழி, யாவதும்
ஊறுஇல் வழிகளும் பயில வழங்குநர்
நீடு இன்றுஆக இழுக்குவர், அதனால்
உலமரல் வருத்தம் உறுதும், எம் படப்பைக்
கொடும்தேன் இழைத்த கோடுஉயர் நெடுவரைப்
பழம்தூங்கு நளிப்பில் காந்தள் அம்பொதுப்பில்
பகல்நீ வரினும் புணர்குவை, அகல்மலை
வாங்குஅமைக் கண்இடைக் கடுப்ப யாய்
ஓம்பினள் எடுத்த தடமென் தோளே!

இவையெல்லாம் நிஜ முதலைகள். எயினந்தை மகனார் இளங்கீரனார் எழுதிய அகநானூற்றுப் பாடலொன்றில், உவமை முதலையொன்று அழகாகத் தோன்றுகிறது.

ஒரு காதலன். அவனுடைய நெஞ்சம் அவனை வெளியூர் சென்று பணம் சம்பாதித்துத் திரும்பி வருமாறு சொல்கிறது. அதனை ஏற்காமல் அவன் தன் மனத்துடன் பேசுகிறான்:

‘காட்டுப்பாதையைக் கடந்துபோகலாம்ன்னு நீ சொல்றே. அங்கே இருக்கிற ஆபத்துகளை நினைச்சு நான் பயப்படலை, அதையெல்லாம் சமாளிக்கிற தைரியம் எனக்கு இருக்கு. ஆனா, என் காதலியைப் பிரிஞ்சுபோகணும்ன்னு நினைக்கும்போதுதான் தயங்கறேன்.’

‘அங்கே முதலையோட தோல்மாதிரி கருத்த அடிபாகம் கொண்ட ஓமை மரம். அதோட பெரிய கிளையில ஒரு பெண் பறவை முட்டையிட்டு அடைகாத்துக்கிட்டிருக்கு.’

'அப்போ, அதோட ஆண் பறவை தன் ஜோடிக்கு உணவு தேடுது. புலி சாப்பிட்டுட்டு மிச்சம் வெச்ச இறைச்சியைக் கவ்விக்கிட்டுப் போய்த் தன் காதலிக்குக் கொடுக்குது.'

'இப்படிப் பறவைங்ககூட அன்பாக் காதல் வாழ்க்கை வாழற காட்டுப்பாதையில நடந்துபோய் நிறைய சம்பாதிச்சுக்கிட்டு வரலாம்ன்னு எனக்கு ஆசை காட்டறியே, அது அவசியம்தானா? அங்கே நடக்கும்போது, இதுமாதிரி பறவைங்களோட காதலைப் பார்க்கும்போது என் காதலியோட ஏக்கமான முகம் முன்னே வந்து என்னைத் தடுக்காதா!'

'இருங்கழி முதலை மேஎம்தோல் அன்ன
கரும்கால் ஓமைக் காண்புஇன் பெரும்சினைக்
கடியுடை நனந்தலை ஈன்று இளைப்பட்ட
கொடுவாய்ப் பேடைக்கு அல்குஇரை தரீஇய
மான்றுவேட்டு எழுந்த செஞ்செவி எருவை
வான்தோய் சிமைய விறல்வரைக் கவாஅன்
துளங்குநடை மரையா வலம்படத் தொலைச்சி
ஒள்செங்குருதி உவறி உண்டு அருந்துபு
புலவுப்புலி துறந்த கலவுக்கழி கடுமுடை
கொள்ளை மாந்தரின் ஆனாது கவரும்
புல்இலை மராஅத்த அகல்சேண் அத்தம்
கலம்தரல் உள்ளமொடு கழியக் காட்டி
பின்நின்று துரக்கும் நெஞ்சம் நின்வாய்
வாய்போல் பொய்ம்மொழி எவ்வம் என் களைமா
கவிர்இதழ்அன்ன காண்புஇன் செவ்வாய்
அம்தீம்கிளவி ஆய்இழை மடந்தை
கொடும்குழைக்கு அமர்த்த நோக்கம்
நெடும்சேண் ஆர்இடை விலங்கும் ஞான்றே!'

18

ஒரு காதலன். தன் காதலியைக் காண வருகிறான்.

உண்மையில், அவன் இன்னும் அவளிடம் தன்னுடைய காதலைச் சொல்லவில்லை. நண்பர்களாகத்தான் இருக்கிறார்கள். ஆனால் இருவர் மனத்திலும் நேசம் இருக்கிறது.

அந்தப் பெண் தினை வயலில் கிளிகளை விரட்டும் பணியில் இருக்கிறாள். பயிர்களைக் கிளிகள் நெருங்காமல் துரத்திக்கொண்டிருக்கிறாள்.

இவனோ பெரிய நாட்டின் தலைவன். அவனுடைய மலையில் மூங்கில் குருத்துபோல் தந்தம் கொண்ட ஆண் யானை தன்னுடைய ஜோடியான பெண் யானையை விரும்பிச் செல்கிறது.

வழியில் குறவர்கள் எதிர்ப்படுகிறார்கள். அவர்கள் இந்த யானையைப் பார்த்துக் குரல் எழுப்புகிறார்கள்.

அதனால் பயந்த ஆண் யானை, அங்கிருந்து விலகி, மக்கள் வாழும் ஊர் மன்றத்தை நோக்கிச் செல்கிறது.

அப்படிப்பட்ட ஒரு நாட்டிலிருந்து வந்திருப்பவன் இவன். சுனையில் மலர்ந்த குவளை மாலையை இவளுக்காகக் கொண்டுவந்திருக்கிறான்.

ஆனால், அந்த மாலையைத் தரும்போதும், அவன் தன்னுடைய காதலைச் சொல்லவில்லை. அவளோடு சாதாரணமாகப் பேசுகிறான், இவனும் கிளிகளை விரட்டுகிறான்.

மாலை நேரம் வந்துவிட்டது, அவன் ஊருக்குத் திரும்பவேண்டும், அவளும் தன் வீட்டுக்குச் செல்லவேண்டும்.

அவன் மனம் தயங்குகிறது. அவளோடே நிரந்தரமாக இருந்துவிடலாமே என்று எண்ணுகிறான். ஆனால், அதைச் சொல்ல தைரியம் இல்லை.

இதைப் புரிந்துகொண்ட தோழி, காதலியிடம் பேசுகிறாள், 'அவன் உன்னைக் காதலிக்கிறான்' என்று புரியவைக்கிறாள்.

வாயிலிளங்கண்ணன் எழுதிய குறுந்தொகைப் பாடல் இது:

> 'நாகு பிடி நயந்த முளைக்கோட்டு இளம்களிறு
> குன்றம் நண்ணி, குறவர் ஆர்ப்ப
> மன்றம் போழும் நாடன், தோழி,
> சுனைப் பூங்குவளைத் தொடலை தந்தும்
> தினைப்புன மருங்கில் படுகிளி ஓப்பியும்
> காலை வந்து மாலைப் பொழுதில்
> நல்அகம் நயந்து தான்உயங்கிச்
> சொல்லவும் ஆகாது அஃதியோனே.'

இன்னொரு காதலன், இவன் தன் காதலியைப் பார்ப்பதற்காக வந்திருக்கிறான். ஆனால், அவள் வீட்டினுள் இருப்பாளா, வெளியே வருவாளா என்று அவனுக்குத் தெரியவில்லை. தவிக்கிறான்.

அப்போது, அவள் வெளியே வருகிறாள். கிளிகளை விரட்டுவதற்காக வயலுக்குச் செல்கிறாள்.

இதைப் பார்த்த காதலனுக்கு மகிழ்ச்சி, 'கிளிகளே, நீங்கள் வாழ்க' என்கிறான், 'பெருவெள்ளம் வந்து இந்த உலகமே மூழ்கிவிட்டாலும், நீங்கள்மட்டும் நிரந்தரமாக வாழுங்கள்!'

'உனக்கென்ன கிறுக்குப் பிடிச்சிருக்கா? அவ கிளிகளை விரட்டணும்ன்னு கஷ்டப்படறா, நீ என்னடான்னா அதுக்கு வாழ்த்துச் சொல்லிக்கிட்டிருக்கே?'

'ஆமா, ஒருவேளை இந்தக் கிளிகள் இல்லைன்னா, அவ வயலுக்கு வரமாட்டா, வீட்டுக்குள்ளயேதான் இருப்பா, நான் அவளைப் பார்க்கறது சிரமம்' என்கிறான் அவன், 'இப்போ, கிளிகள் இருக்கறதால அவ வெளியே வரணும், வயல்ல நாங்க சந்திக்கலாம், அந்தப் பக்கம் நிஜக் கிளிங்க மேய, இங்கே நான் என் காதல் கிளியைக் கொஞ்சுவேன்.'

'அதனால, கிளிகள் குறையவே கூடாது, இன்னும் நிறைய வரணும்' என்று வாழ்த்துகிற இந்தக் காதலன், ஐங்குறுநூற்றில் வருகிறான், இப்பாடலை எழுதியவர் கபிலர்:

'வெள்ள வரம்பின் ஊழிபோகியும்
கிள்ளை வாழிய பலவே, ஒள்இழை
இரும்பல் கூந்தல் கொடிச்சி
பெருந்தோள் காவல் காட்டியவ்வே!'

இன்னொரு கபிலர் பாடல் அகநானூற்றில் வருகிறது, அங்கேயும் கிளிகள் வயலை மொய்க்கின்றன, அவற்றை விரட்ட வரும் பெண்கள் சத்தமெடுத்துக் கத்துகிறார்கள்.

அதைக் கிளிகள் பொருட்படுத்துவதில்லை. தங்களுடைய இனத்தை அழைத்து அவையும் கத்துகின்றன.

இப்படி நிஜக் கிளிகளும் பெண் கிளிகளும் கத்துகிற அந்த வயலின் அருகே, ஒரு பலா மரம். அதன் கிளைகளில் அணில்கள் ஆடிக்கொண்டிருக்கின்றன. பெரிய பலாப் பழங்கள் தொங்குகின்றன.

அந்தப் பலாப் பழங்களைப் பறிப்பதற்காக, குறவர்கள் அங்கே குடிசை போட்டுத் தங்கியிருக்கிறார்கள். அருகே ஒரு வேங்கை மரம் நிற்கிறது. தேன் ஒழுகும் அதன் மலர்கள் குடிசைமீது விழுகின்றன. சிறிது நேரத்தில், அந்தக் குடிசை மொத்தமும்

மஞ்சள் நிற வேங்கை மலர்களால் மூடப்பட்டுவிடுகிறது.

அங்கே வந்த ஒரு யானை இந்தக் குடிசையைப் பார்க்கிறது. அதைப் புலி என்று நினைத்து பயப்படுகிறது. பக்கத்திலுள்ள மலையை நோக்கி ஓடுகிறது. அதனால் மூங்கில்களெல்லாம் முறிந்து விழுகின்றன.

அந்த மலைநாட்டின் தலைவன், தன்னுடைய காதலியைப் பார்ப்பதற்காக இன்னோர் ஊருக்கு வருகிறான். ஆனால் அவளைக் காணவில்லை. தோழியிடம், 'நான் என் காதலியைப் பகலில் சந்திக்க இயலாதா? இரவில் வரட்டுமா?' என்கிறான்.

'ம்ஹூம், வாய்ப்பே இல்லை' என்கிறாள் அவள்.

'ஏன்? என்னாச்சு?'

'அநேகமா உங்க காதல் விஷயம் எங்க வீட்டுக்குத் தெரிஞ்சுடுச்சுன்னு நினைக்கறேன்' என்கிறாள் தோழி. 'எங்கம்மா எங்களை ரொம்ப உன்னிப்பாக் கவனிக்கறாங்க, சும்மா எங்கேயாவது திரும்பினாக்கூட, எங்கே போறே, ஏன் போறேன்னு அப்பா ஆயிரம் கேள்வி கேட்கறார்.'

'நானும் உன் காதலியும் நெருங்கின சிநேகிதிங்க, ரெண்டு தலை கொண்ட ஒரே பறவைபோல, அவ மனசு எனக்குத் தெரியும்' என்று சொல்லி நிறுத்துகிறாள் தோழி, 'இனிமே நீங்க நினைச்சபோதெல்லாம் சந்திக்க இயலாது, ரகசியமா வர்றேன், சந்திக்கறேன்னெல்லாம் சொல்லாம, ஒழுங்கா அவளைப் பெண் கேட்டுத் திருமணம் செஞ்சுக்கோ' என்று உணர்த்துகிறாள்.

'யாயே கண்ணினும் கடும்காதலளே,
எந்தையும் நிலன்உறப் பொறாஅன் 'சீறடி சிவப்ப
எவன்இல குறுமகள் இயங்குதி?' என்னும்,
யாமே பிரிவு இன்றி இயைந்த துவரா நத்பின்
இருதலைப் புள்ளின் ஓர் உயிர் அம்மே!
ஏனல் அம்காவலர் ஆனாது ஆர்த்தொறும்

கிளிவிளி பயிற்றும் வெளில்ஆடு பெரும்சினை
விழுங்கோள் பலவின் பழுப்பயன் கொண்மார்
குறவர் ஊன்றிய குரம்பை புதைய
வேங்கை தாஅய தேம்பாய் தோற்றம்
புலிசெத்து வெரீஇய புகர்முக வேழம்
மழைபடி சிலம்பில் கழைபடப் பெயரும்
நல்வரை நாட, நீ வரின்
மெல்லியல் ஓரும் தான்வாழலளே.'

வயலில் கிளிகள் பயிர்களைக் கொத்துவது ஒரு குறிப்பிட்ட நாள்வரைதான். அதன்பிறகு, அறுவடை தொடங்கிவிடும், கிளி விரட்டும் வேலை இருக்காது.

ஆகவே, காதலியால் அடிக்கடி வீட்டிலிருந்து வெளியே வர இயலாது. காதலர்கள் சந்திக்கச் சிரமம் ஏற்படும்.

இந்த விஷயத்தைப் பேசும் அகநானூற்றுப் பாடல் ஒன்று, பொதும்பில்கிழான் வெண்கண்ணனார் எழுதியது.

காதலன் மலை நாட்டைச் சேர்ந்தவன். இடி இடித்து மழை பெய்யும் உயர்ந்த பகுதியிலிருந்து வருகிறான்.

அவனுடைய காதலி, தினை வயலைக் காவல் காக்கிறாள். அங்கே கிளிகள் வருகின்றன. அவை யாராலும் எய்ய இயலாத வானவில்லைப்போல் பசுமையான உடல், சிவந்த வாயுடன் இருக்கின்றன. தினைக்கதிர்களைக் கொத்துகின்றன.

ஆனால், அப்படிக் கொத்திய கதிர்களை அதனால் தூக்கிச் செல்ல இயலவில்லை. கனம் தாங்காமல் கீழே போட்டுவிடுகின்றன.

அப்போது அங்கே கானங்கோழிகள் வருகின்றன. கிளி போட்டுவிட்டுச் சென்ற கதிர்களை அவை உண்ணுகின்றன.

இப்படித் தினமும் வயலில் நடந்துவந்த வேலை இப்போது பூர்த்தியாகப்போகிறது, கதிர்கள் அறுவடையாகப்போகின்றன.

கிளி விரட்ட அவள் இனி வரமாட்டாள். அவளை அவன் பகல் நேரத்தில் பார்க்க இயலாது.

பரவாயில்லை, இரவில் பார்க்கலாமே.

அதற்கும் வழியில்லை. அவர்கள் ஊரில் தெருவிளக்குகள் போட்டுவிட்டார்கள்.

அன்றைக்குத் தெருவிளக்கெல்லாம் கிடையாதே!

உண்மைதான். ஆனால் அதற்குப் பதிலாக, மணிவிளக்குகள் இருந்தன. அருவியின் பரிசுகள் அவை.

அதாவது, மலைக்குகைகளின் இருட்டில் பாம்புகள் உயர்ந்த மணிகளை உமிழ்கின்றன. அருவி வெள்ளம் அவற்றைக் கொண்டு வந்து ஊரில் போட்டுவிடுகிறது. இரவு நேரத்தில் அவை மின்ன, ஊரில் இருட்டே இல்லை.

'ஆக, நீங்கள் பகலிலும் சந்திக்க இயலாது, இரவிலும் சந்திக்க இயலாது' என்கிறாள் தோழி, 'உன்னுடைய மார்பைத் தழுவ இயலாமல் உன் காதலி சிரமப்படப்போகிறாள், அவள்மீது உனக்குப் பரிதாபம் இல்லையா? விரைவில் திருமண வேலைகளைத் தொடங்கு!'

'மதிஅரும்பு அன்ன மாசுஅறு சுடர்நுதல்
பொன்நேர் வண்ணம் கொண்டன்று, அன்னோ,
யாங்கு ஆகுவள்கொல் தானே, விசும்பின்
எய்யா வரிவில் அன்ன பைந்தார்ச்
செவ்வாய்ச் சிறுகிளி சிதைய வாங்கிப்
பொறைமெலிந்திட்ட புன்புறப் பெரும்குரல்
வளைசிறை வாரணம் கிளையொடு கவர,
ஏனலும் இறங்கு பொறை உயிர்த்தன, பால்நாள்
நீ வந்து அளிக்குவை எனினே, மால்வரை
மைபடி விடர்அகம் துழைஇ ஒய்என
அருவி தந்த அரவுஉமிழ் திருமணி
பெருவரைச் சிறுகுடி மறுகு விளக்குறுத்தலின்

இரவும் இழந்தனள் அளியள் உரவுப்பெயல்
உரும்இறை கொண்ட உயர்சிமைப்
பெருமலைநாட, நின் மலர்ந்த மார்பே!

அது சரி, கிளி விரட்டப் போன பெண் இப்படிக் காதலனுடன் பேசிக்கொண்டிருந்தால் கிளிகள் தினைப்பயிரை மேய்ந்துவிடாதா? அதைப் பார்த்துப் பெற்றோர் கோபிக்கமாட்டார்களா?

அந்தக் காட்சி நற்றிணையில் வருகிறது, கொள்ளம்பக்கனார் எழுதிய பாடலொன்றில்.

காதலி தினைவயலில் கிளிகளை விரட்டச் செல்கிறாள். ஆனால், அவள் தன் ஜோடியோடு பேசிக்கொண்டிருக்க, கிளிகள் வயலில் புகுந்து வயிறு நிறையச் சாப்பிடுகின்றன. இந்த விஷயம் தாய்க்குத் தெரிந்துவிடுகிறது. 'கிளிங்க மேயும்போது பார்த்துக்கிட்டுச் சும்மாவா இருந்தே?' என்று கேட்கிறாள்.

இதனால், காதலிக்குப் பதற்றம், அவசரத்தில் பொய் என்று நினைத்து உண்மையைச் சொல்லிவிடுகிறாள், 'அம்மா, நான் அங்கே யாரையும் பார்க்கலை, யாரோடயும் சுனையிலே நீராடி விளையாடலை.'

இதைக் கேட்ட தாய்க்கு விவரம் புரிந்துவிடுகிறது. மகள் எங்கேயும் போகக்கூடாது என்று தடை போட்டுவிடுகிறாள்.

மறுநாள், காதலன் வயலுக்கு வருகிறான், தன் காதலியைக் காணாமல் தவிக்கிறான். அவள் வீட்டுப்பக்கம் சென்று பார்க்கிறான்.

இதைக் கவனித்த தோழி, காதலியிடம் பேசுவதுபோல் விஷயத்தைச் சொல்கிறாள், 'நீ ரொம்ப அப்பாவி, அம்மாகிட்ட இப்படி உண்மையைச் சொல்லி மாட்டிக்கிட்டியே, இனிமே நீ எப்படி வெளியே போறது? எப்படி அவனைச் சந்திக்கறது? அவனா உன்னைப் பெண் கேட்டு வந்தால்தான் உண்டு!'

'யாங்குஆகுவமோ, 'அணிநுதல் குறுமகள்,
தேம்படு சாரல் சிறுதினைப் பெரும்குரல்
செவ்வாய்ப் பைங்கிளி கவர, நீமற்று
எவ்வாய்ச் சென்றனை அவண்?'எனக் கூறி
அன்னை ஆனாள் கழற, முன்நின்று
'அருவிஆர்க்கும் பெருவரை நாடனை
அறியலும் அறியேன், காண்டலும் இலனே,
வெதிர்புனை தட்டையேன் மலர்பூக் கொய்து
சுனைபாய்ந்துஆடிற்றும் இலன்'என நினைவுஇலை
பொய்யல் அந்தோ வாய்த்தனை, அதுகேட்டுத்
தலைஇறைஞ்சினளே அன்னை,
செலவுஒழிந்தனையால் அளியைநீ புனத்தே.'

ஒரு காதலி தன் காதலனிடம் பேசிக்கொண்டிருக்கிறாள், 'நேத்திக்கு நான் ஆத்தங்கரையோரமாப் போனேன், அங்கே நிறைய கிளிங்க வந்துச்சு' என்கிறாள்.

'அட, அப்புறம்?'

'அந்தக் கிளிங்கல்லாம் என்னைச் சுத்திப் பறந்துச்சு, ரொம்ப சந்தோஷமா இருந்தது!'

'இதிலென்ன ஆச்சர்யம்?' என்கிறான் அவன், 'பழத்தோட்டத்தைக் கிளிங்க சுத்தறது இயற்கைதானே?'

அவள் அவனைக் கூர்மையாகப் பார்த்து, 'அதுக்கப்புறம் என்னாச்சு தெரியுமா? அந்தக் கிளிகள்ல ஒண்ணு உன்னைமாதிரி மாறிடுச்சு!'

'அதுவும் இயற்கைதான், நீ ஒரு கிளி, உன்னைக் காதலிக்கணும்ன்னா நானும் கிளியாதானே மாறணும்?'

காதல் வானில் இறக்கை விரித்துப் பறக்கும் இந்தக் கிளிகளைக் காட்சிப்படுத்துகிறவர், பழநிபாரதி:

'நதியோரம் என்னைச் சுற்றிப் பறந்தது கிளிக்கூட்டம்,

கிளிக்கூட்டம் வந்ததெனில் நீயொரு பழத்தோட்டம்!
பறக்கும் கிளிகளிலே, ஒரு கிளி உனைப்போல் உருவெடுக்க,
கிளியே, உனக்காக நானும் கிளிபோல் அவதரிக்க,
றெக்கைகள் கொண்டுவா,
விண்ணிலே பறப்போம்,
உள்ளங்கள் கலப்போம்,
வண்ணம் சூடும் வண்ணக்கிளி!'

இங்கே காதலன் காதலியைக் கிளி என்கிறான். வைரமுத்துவின் திரைப்பாடலொன்றில் காதலியே தன்னைக் கிளி என்று சொல்லிக்கொள்கிறாள், அதற்கான காரணம் வேறு.

காதலன் காதலியின் நாக்கை வர்ணிக்கிறான், 'உன் நாக்கு இப்படிச் செவந்திருக்கே, நிறைய வெத்தலை போடுவியோ?' என்கிறான்.

அவளுக்குக் கோபம் வந்துவிடுகிறது. 'இது வெத்தலை போட்டு வந்த செவப்பு இல்லை, இயற்கையாவே என் நாக்கு செவப்புதான்' என்கிறாள், 'வேப்பமரத்துல கிளி இருக்கே, அதோட மூக்குகூடதான் செவந்திருக்கு, அதென்ன வெத்தலையா போடுது?' என்று பொய்யாகக் கோபிக்கிறாள்.

'வெடலப்பொண்ணு நுனி நாக்கு,
வெத்தலயாலே செவந்திருக்கு!
வேப்பமரத்துக் கிளி மூக்கு,
வெத்தலபோட்டா செவந்திருக்கு?'

அதே சிவந்த மூக்கை வைத்து இன்னொரு திரைப்பாடலில் அழகிய நாடகத்தைக் காட்டுகிறார் வைரமுத்து.

ஒரு காதலி, தன் காதலனிடம் காதலைச் சொல்லாமல் ஒளிக்கிறாள், இலைகளுக்குள்ளே பச்சைக்கிளி ஒளிவதைப்போல.

காதலன் சிரிக்கிறான், 'பச்சைக்கிளியாகவே இருந்தாலும், மூக்கு சிவப்புதானே? அதை வைத்து உன் காதலை நான் கண்டுகொண்டுவிட்டேன்' என்கிறான்:

'பச்சைக்கிளை, இலைகளுக்குள்ளே
ஒற்றைக்கிளி ஒளிதல்போல,
இச்சை,காதல் நானும் மறைத்தேன்!
பச்சைக்கிளி மூக்கைப்போல,
வெட்கம் உன்னைக் காட்டிக்கொடுக்க,
காதல் உள்ளம் கண்டுபிடித்தேன்!'

சிவந்த கிளியைப் பல பாடல்களில் பார்க்கிறோம், கருத்த கிளியைக் கண்ணதாசன் ஒரு பாடலில் எழுதியிருக்கிறார்:

கன்னங்கருத்த கிளி,
கட்டழகன் தொட்ட கிளி,
அன்னநடை போட்டாளடி, என் செல்லம்மா,
சொன்னமொழி கேட்டாளடி!
வேறு என்ன செய்தாள் அந்தக் கன்னங்கருத்த கிளி?
செப்புச்சிலை எழுதி,
செவத்தபிள்ளை பேர்எழுதி
நம்பிநம்பிப் போனாளடி, என் செல்லம்மா,
நல்வாக்குத் தந்தானடி!
நல்வாக்குத் தந்த காதலனோடு கிளியின் பழக்கத்தை இன்னும் நுணுக்கமாக விவரிக்கிறார் கண்ணதாசன்:
கண்ணும் கண்ணும் பேசையிலே,
கன்னிப்பொண்ணு ஆசையிலே,
மெல்லமெல்ல வந்தானடி, என் செல்லம்மா,
அள்ளிக்கொண்டுபோனானடி!

ஒரு காதலன், பல பாடல்களை எழுதிவைத்திருக்கிறான். ஆனால், அவை முழுமைபெறாத உணர்வு அவனுக்குள்.

பாடலுக்குப் பண் அமைத்தால் அல்லவா அவை முழுமையாகும்? அதற்கு ஒரு கிளி வருகிறாள். அவன் மகிழ்ச்சியில் திளைக்கிறான். 'நான் பிறந்த பலனை இன்று அடைந்தேன்' என்கிறான், 'அவளைக் கிளிப்பிள்ளை என்று நினைத்தேன், என்னை வென்றுவிட்டாள்' என மகிழ்கிறான்.

கண்ணதாசனின் திரைப்பாடல் இது:

‘பாடல் ஒரு கோடி செய்தேன்,
கேட்டவர்க்கு ஞானம் இல்லை,
ஆசைக்கிளியே, வந்தாயே பண்ணோடு!
நான் பிறந்த நாளில் இது நல்லநாளே,
சின்னச்சின்ன முல்லை,
கிளிப்பிள்ளை,
என்னை வென்றாளம்மா!’

19

ஒரு காதலன். தன்னுடைய காதலியைப் பிரிந்து வெளியூர் செல்கிறான்.

அவனுக்கு அவளைப் பிரிந்துசெல்ல மனமே இல்லை. ஆனால், செல்லவேண்டிய கட்டாயம்.

ஆகவே, தன்மீது வீசுகிற வாடைக்காற்றிடம் அவன் பேசுகிறான், 'நான் திரும்பி வரும்வரை என்னுடைய காதலியைப் பத்திரமாகப் பார்த்துக்கொள்' என்கிறான்.

'உன் காதலி எங்கே இருக்கிறாள்? அது தெரிந்தால்தானே நான் அவளைப் பாதுகாக்க இயலும்?' என்று கேட்கிறது காற்று.

அவன் அவளுடைய ஊரை அடையாளம் சொல்கிறான், 'அதோ, பாம்புத்தோல் தொங்கறமாதிரி ஓர் அருவி தெரியுதா? அதுக்குப் பக்கத்துலதான் அவளோட ஊர் இருக்கு' என்கிறான். 'அங்கே வீடுகளுக்கு முன்னாலே நெல்லிக்காய் சிதறிக்கிடக்கும். அதை மான் கூட்டங்கள் மகிழ்ச்சியாகச் சாப்பிடும்.'

'அந்த ஊர்லதான் என் காதலி இருக்கா, அவளைப் பார்த்துக்கோ, நான் சீக்கிரமாத் திரும்பிவந்துடறேன்!'

குறுந்தொகையில் மாயெண்டன் எழுதிய பாடல் இது:

'ஓம்புமதி, வாழியோ வாடை, பாம்பின்
தூங்குதோல் கடுக்கும் தூவெள்அருவிக்
கல்உயர் நண்ணியதுவே நெல்லி
மரைஇனம் ஆரும் முன்றில்
புல்வேய் குரம்பை நல்லோள் ஊரே!'

அதே நேரம், அவனுடைய காதலியின் மனவோட்டம் எப்படி இருக்கிறது?

அவள் தன்னுடைய தோழியிடம் பேசிக்கொண்டிருக்கிறாள், 'என்னைப் பிரிஞ்சு அவன் வெளியூர் போயிட்டானாமே, அவன் மனம் என்ன கல்லா?'

தோழி அவளைச் சமாதானப்படுத்த முயல்கிறாள், 'அவனுக்கும் உன்னை நினைச்சுக் கஷ்டமாதான் இருக்கும். அவன் போன பாதைவேற ரொம்பச் சிரமமானதுன்னு எல்லாரும் சொல்றாங்க!'

'எனக்குத் தெரியும்' என்கிறாள் காதலி.

'எப்படித் தெரியும்?'

'அவன் கிளம்பிப்போனதும், என் நெஞ்சு அவனுக்குப் பின்னாடியே போச்சு' என்கிறாள் அவள், 'சின்ன இலை கொண்ட நெல்லிமரம் அந்தப் பாதையில இருந்தது, வழியெல்லாம் பாறைங்க கொதிச்சது!'

'ஆனா, அவன் அதைப்பத்திக் கொஞ்சம்கூட கவலைப்படலை, தொடர்ந்து போய்க்கிட்டே இருந்தான்' என்று பெருமூச்சு விடுகிறாள் காதலி, 'கிளம்பினபோது நான் அழுததையும் அவன் கவனிக்கலை, அவன் பின்னாடி என் நெஞ்சு வந்ததையும் கவனிக்கலை!' என்று பிரிவுத் துயரத்தை வெளிப்படுத்துகிறாள்.

ஐங்குறுநூறில் ஓதலாந்தையார் எழுதிய பாடல் இது:

'அம்ம, வாழி, தோழி, சிறிஇலை
நெல்லி நீடிய கல்காய் கடத்திடைப்
பேதை நெஞ்சம் பின்செலச் சென்றோர்

கல்லினும் வலியர் மன்ற,
பல்இதழ் உண்கண் அழப் பிரிந்தோரே!

அவன் பிரிவதும் அவள் வாடுவதும் அவன் வருந்துவதும் எதற்காக? திருமணத்துக்காகத்தானே!

காதலன் வெளியூர் சென்று பொருள் சம்பாதித்துக்கொண்டு வந்தால்தான் சமூகத்தில் மதிப்பு, திருமணப்பேச்சை எடுத்தால் பெண் வீட்டாரும் மக்களும் அதனை ஒப்புக்கொள்வார்கள். அதற்காக இந்தப் பிரிவை அவர்கள் தாங்கிக்கொள்ளவேண்டியதுதான்.

சில நாள் கழித்து, அதே காதலன், காதலிக்குத் திருமணம் நடக்கிறது, மகிழ்ச்சியாக இல்லறம் நடத்துகிறார்கள்.

அப்போது, அவளைப் பார்ப்பதற்காகத் தோழி அங்கே செல்கிறாள். இருவரும் பழைய கதைகளைப் பேசி மகிழ்கிறார்கள்.

பேச்சின் நடுவே, 'ஆனால் உனக்கு ரொம்பப் பொறுமைதான்!' என்கிறாள் தோழி.

'ஏன் அப்படிச் சொல்றே?'

'உனக்கு நினைவிருக்கா? உங்க காதல் வீட்டுக்குத் தெரிஞ்சதும், அவங்க நீ வெளியே வரக்கூடாதுன்னு தடை போட்டுட்டாங்க. அடுத்து என்ன நடக்குமோன்னு நாம நடுங்கினோம்.'

'ஆமா, அதுக்கென்ன?'

'அப்போ, நான் பயந்த அளவுகூட நீ பயப்படலையே!' என்கிறாள் தோழி. 'உன் காதலன் வருவானா, மாட்டானான்னு நான் தவிக்கறேன், நீ என்னடான்னா எப்பவும்போல காபி சாப்பிட்டுகிட்டு, டிவி பார்த்துக்கிட்டு ஜாலியா இருக்கே.'

'ஏதோ, உன் நல்ல நேரம், அவன் சட்டுன்னு உன்னைப் பெண் கேட்டுவந்தான், கல்யாணம் நடந்துடுச்சு. நீ இப்ப நல்லா இருக்கே. ஒருவேளை அவன் வரலைன்னா? அப்போ

அந்தப் பதற்றமே உனக்கு இல்லையா?'

'ம்ஹூம், இல்லை!' என்று சிரிக்கிறாள் காதலி. 'எனக்கு என் காதலன்மேல நம்பிக்கை இருந்தது, அதுதவிர, ஒரு துப்பும் கிடைச்சது!'

'அதென்ன துப்பு?'

'நீயும் நானும்தான் என் காதலனைச் சந்திக்க வாய்ப்பில்லை, நம்ம பக்கத்து வீட்டுப் பொண்ணு சந்திச்சிருக்கா, அவன் என்னைப் பெண் கேட்டு வரப்போறான்னு தெரிஞ்சுகிட்டு, அதை வந்து என்கிட்ட சொல்லிட்டா' என்று சிரிக்கிறாள் காதலி, 'அவன் வர்றான்னு தெரிஞ்சப்புறம் எனக்கென்ன கவலை? அதான் ஜாலியா இருந்தேன்!'

இதைச் சொல்லிவிட்டு, அவள் தன்னுடைய காதலனை நினைத்துக்கொள்கிறாள், இனிமையான மாம்பழத்தைச் சாப்பிட்டுவிட்டு, நெல்லிக்காயைத் தின்றுவிட்டு, பக்கத்தில் இருக்கும் மூங்கிலில் தூங்குகிற வௌவால்கள் நிறைந்த மலை நாட்டின் தலைவன் அவன்.

அப்படிப்பட்டவன், அவளைப் பெண் கேட்டு வருகிறான் என்கிற செய்தியைத் தனக்குச் சொன்ன அந்தப் பெண்ணையும் அவள் நன்றியுடன் நினைக்கிறாள். அவள் அமுதம் உண்ணட்டும் என்று வாழ்த்துகிறாள்.

குறுந்தொகைப் பாடல் இது. எழுதியவர் பெயர் தெரியவில்லை.

இதில் பயன்பட்டுள்ள வௌவால் உவமை அழகானது. அதற்குக் காரணம் என்னவாக இருக்கும் என்று ஊகித்து மகிழலாம்.

மாம்பழம் சுவையானது, ஆனால் நெல்லிக்காய் புளிப்பானது. அதுபோல, இத்தனை நாள் ரகசியமாகக் காதல் செய்து மகிழ்ந்த காதலனுக்கு, இப்போது பெண் கேட்டு வருவதும் எதிர்ப்பைச் சந்திப்பதும் சிரமம்தான். ஆனால், அவற்றைச் சந்தித்தபிறகு, திருமணம் நடைபெற்றது, மனைவியோடு இன்பமாக வாழ்கிறான் அவன்!

'அமிழ்தம் உண்க நம் அயல் இலாட்டி,
பால் கலப்புஅன்ன தேக்கொக்கு அருந்துபு
நீல மென்சிறை வள்உகிர்ப் பறவை
நெல்லிஅம்புளி மாந்தி, அயல்அது
முள்இல் அம்பணை மூங்கில் தூங்கும்
கழை நிவந்து ஓங்கிய சோலை
மலைகெழு நாடனை வரும் என்றோளே!'

சில நாளில், அவர்களுக்கு ஒரு குழந்தை பிறக்கிறது. அதனை அன்பாக வளர்க்கிறார்கள்.

இந்த நேரத்தில், அவன் வேலை காரணமாக வெளியூர் செல்லவேண்டிய சூழ்நிலை ஏற்படுகிறது. அதை அவன் அவளிடம் மெதுவாகச் சொல்கிறான்.

அவளுக்கு அதிர்ச்சி. அவனைப் பிரிய அவள் விரும்பவில்லை. அதை நேரடியாகச் சொல்லக்கூட அவளால் இயலவில்லை. தவிக்கிறாள்.

காதலியைப் புரிந்துகொண்ட அந்தக் காதலன், எதார்த்தத்தை அவளுக்கு விளக்க முயற்சி செய்கிறான், 'உன்னைக் கூட்டிகிட்டுப்போகணும்ன்னு எனக்கு ஆசைதான். ஆனா, அது ரொம்பக் கஷ்டம்' என்கிறான், 'நான் போற பாதை சாதாரணமானதில்லை, ரொம்ப சிரமமானது' என்று வர்ணிக்கிறான்.

'அங்கே ஓமை மரமெல்லாம் காய்ஞ்சுகிடக்கும், பழைய காடு அது, நெல்லிமரத்திலேர்ந்து காயெல்லாம் பளிங்குமாதிரி கீழே விழுந்து கிடக்கும். அதைப் பார்க்கறதுக்கு, சின்னப் பசங்க விளையாடறதுக்காக வட்டுகளை எடுத்துவெச்சமாதிரி இருக்கும். ஆனா, அதை விளையாட அங்கே யாரும் கிடையாது, ஆளே இல்லாம சூரியன் கொதிச்சுக்கிட்டிருக்கும்.'

'அந்த வழியில யாராவது நடந்துபோனாக்கூட, அவங்க காலைக் கூரான கல் குத்திக்கிழிக்கும். அவ்ளோ சிரமமான காட்டு வழியில நீ எப்படி வருவே?'

அவன் இவ்வளவு தூரம் விவரித்தபோதும், அவள் முகத்தில் திருப்தி இல்லை. 'என்னைவிட்டுப் பிரியமாட்டேன்னு சொல்லிதானே கல்யாணம் செஞ்சுகிட்டே? இப்போ பிரிஞ்சுபோறது என்ன நியாயம்?' என்பதுபோல் அவளுடைய முகக்குறிப்பு இருக்கிறது. கண்களில் நீர் வழியப்போகிறது, அதை மறைப்பதற்காக, தன்னிடமிருக்கும் குழந்தையை அணைக்கிறாள்.

அந்தக் குழந்தையின் தலையில், ஒரு செங்கழுநீர் மாலை இருக்கிறது. அவளுடைய பெருமூச்சு, அந்த மாலையின்மீது படுகிறது. மறுகணம், அந்த மாலை வாடிப்போய்விடுகிறது.

இதைப் பார்த்த காதலனுக்கு அவளுடைய அன்பின் ஆழம் புரிகிறது. இந்தப் பெண்ணைப் பிரிந்துசெல்வது நியாயமில்லை என்று தீர்மானித்துக்கொள்கிறான். அதையே தன்னுடைய நெஞ்சுக்கும் சொல்கிறான்!

பாலைபாடிய பெருங்கடுங்கோ எழுதிய அகநானூற்றுப் பாடல் இது:

'அளிநிலை பொறாஅது அமரிய முகத்தள்,
விளிநிலை கேளாள், தமியள், மென்மெல
நலமிகு சேவடி நிலம்வடுக்கொளாஅக்
குறுக வந்து தன் கூர்எயிறு தோன்ற
வறிதுஅகத்து எழுந்த வாய்அல் முறுவலள்
கண்ணியது உணரா அளவை ஒள்நுதல்
வினைதலைப்படுதல் செல்லா நினைவுடன்
முளிந்த ஓமை முதையல்அம் காட்டுப்
பளிங்கத்துஅன்ன பல்காய் நெல்லி
மோடு இரும்பாறை ஈட்டு வட்டுஏய்ப்ப
உதிர்வன படூஉம் கதிர்தெறு கவாஅன்
மாய்த்தபோல மழுகுநுனை தோற்றிப்
பாத்திஅன்ன குடுமிக் கூர்ங்கல்
விரல்நுதி சிதைக்கும் நிரைநிலை அதர
பரல்முரம்புஆகிய பயம்இல் கானம்
இறப்ப எண்ணுதிர்ஆயின் அறத்தா(று)

அன்றுஎன மொழிந்த தொன்றுபடு கிளவி
அன்னஆக எண்ணுநள்போல
முன்னம் காட்டி முகத்தின் உரையா
ஓவச் செய்தியின் ஒன்றுநினைந்துஏற்றிப்
பாவை மாய்த்த பனிநீர் நோக்கமொ(டு)
ஆகத்து ஒடுக்கிய புதல்வன் புன்தலைத்
தூநீர் பயந்த துணைஅமை பிணையல்
மோயினள், உயிர்த்தகாலை மாமலர்
மணிஉரு இழந்த அணிஅழி தோற்றம்
கண்டே கடிந்தனம் செலவே, ஒண்தொடி
உழையம்ஆகவும் இனைவோள்
பிழையலள்மாதோ பிரிதும் நாம்எனினே.'

இன்னொரு காதல் ஜோடி. அவர்களுடைய காதல் ஊருக்குத் தெரிந்துவிட்டது. ஆகவே, பலர் பலவிதமாகப் பேசத் தொடங்குகிறார்கள்.

ஆனால், அந்தப் பெண்ணின் தாய், இதைப்பற்றி எதுவும் பேசவில்லை. அவளுக்கும் அவளுடைய காதலனுக்கும் திருமணம் செய்துவைக்க எந்த முயற்சியும் எடுக்கவில்லை.

அடுத்து என்ன செய்வது? தோழி யோசிக்கிறாள். ஒரு தீர்மானத்துக்கு வருகிறாள். 'நீயும் உன் காதலனும் கிளம்பிப்போயிடுங்க, எங்கேயாவது கல்யாணம் செஞ்சுகிட்டு சந்தோஷமா இருங்க!'

காதலி திகைக்கிறாள், 'அம்மா...' என்று இழுக்கிறாள்.

'அம்மாதானே? அவங்க வீட்ல தனியா இருக்கட்டும்' என்று கோபமாகச் சொல்கிறாள் தோழி, 'இவ்ளோ தூரம் ஊர்ல எல்லாரும் பேசறாங்க, சட்டுன்னு உங்களுக்குக் கல்யாணம் செஞ்சுவைக்கணும்ன்னு அந்த அம்மாவுக்குத் தோணிச்சா?'

'அதனால, நீ அவனோட கிளம்பு, நீங்க ரெண்டு பேரும் வானத்தைத் தொடறமாதிரி வளர்ந்த மலையைத் தாண்டிப்

பாலை நிலத்துல போற காட்சியை நான் பார்க்கறேன்' என்று கற்பனை செய்கிறாள் அவள், 'வழியில உங்களுக்குப் பசிக்குது, நெல்லிக்காயைப் பறிச்சுத் திங்கறீங்க, அதுக்கப்புறம், தாகம் எடுக்குது.'

'பாலை நிலத்துல ஏது தண்ணி? யானையோட காலடி பட்டுப் பள்ளமாகி, அதுல கரும்புப் பாத்திபோல கொஞ்சம் தண்ணி தேங்கியிருக்கு, அதை எடுத்துக் குடிக்கறீங்க.'

நெல்லிக்காய் தின்றபிறகு தண்ணீர் குடித்தால் இனிக்கும். அதுபோல, அவர்களுடைய வாழ்க்கையும் இனிப்பாக இருக்கும் என்று தோழி சொல்லாமல் சொல்கிறாள்.

இதுவும் பாலைபாடிய பெருங்கடுங்கோ எழுதிய பாடல்தான். குறுந்தொகையில் வருகிறது:

'ஊர் அலர்எழ, சேரி கல்என,
ஆனாது அலைக்கும் அறன்இல் அன்னை,
தானேஇருக்க தன்மனையானே,
நெல்லி தின்ற முள்எயிறு தயங்க,
உணல்ஆய்ந்திசின்ஆல், அவரொடு சேய்நாட்டு
விண்தொட நிவந்த விலங்குமலை கவாஅன்
கரும்புநடு பாத்திஅன்ன
பெரும்களிற்று அடிவழி நிலைஇய நீரே.'

கிட்டத்தட்ட இதேபோன்ற சூழலில் இன்னொரு பாடல். இங்கே காதலி தன்னுடைய காதலன் பெண் கேட்டு வரவேண்டும் என்று காத்திருக்கிறாள். அப்போது அவள் தோழியிடம் பேசுகிறாள், 'நான் ஒரு கனவு கண்டேன்!'

'என்ன கனவு?'

'அவன் ஊர்ல புன்னைமரம் பூத்திருக்கு, அதோட மகரந்தமெல்லாம் கீழே சிந்துது, அங்கே இருக்கிற சிப்பிகள் முதுகுலயெல்லாம் மகரந்தம் விழுந்திருக்கு!'

'அங்கே வாழற பரதவர்களெல்லாம் ரொம்ப மகிழ்ச்சியா இருக்காங்க, பக்கத்துல ஒரு சோலை... இதையெல்லாம் நினைச்சு நினைச்சு நான் தூங்கிட்டேன்.'

'அப்போ, கனவுல அவன் வந்தான். அவனை நான் தழுவினேன்' என்று மகிழ்கிறாள் காதலி. பிறகு, 'ஆனா, மறுபடி எழுந்துபார்க்கும்போது, அவனைக் காணோம்' என்று வருந்துகிறாள். 'இங்கே மரத்துல தொங்கிக்கிட்டு, எங்கேயோ ஒரு காட்டுல இருக்கிற நெல்லிக்காய்க்கு ஆசைப்படற வௌவால்மாதிரி ஆகிட்டேன் நான்!'

நக்கண்ணையார் எழுதிய நற்றிணைப் பாடல் இது:

'உள்ளூர் மாஅத்த முள்எயிற்று வாவல்
ஓங்கல் அம்சினைத் தூங்குதுயில் பொழுதின்
வெல்போர்ச் சோழர் அழிசிஅம் பெரும்காட்டு
நெல்லிஅம் புளிச்சுவைக் கனவியாஅங்கு
அதுகழிந்தன்றே தோழி, அவர்நாட்டுப்
பனிஅரும்பு உடைந்த பெரும்தாள் புன்னை
துறைமேய் இப்பி ஈர்ம்புறத்து உறைக்கும்
சிறுகுடிப் பரதவர் மகிழ்ச்சியும்
பெரும்தண் கானலும் நினைந்தஅப் பகலே.'

பாலை நிலம். சிலர் அதில் நடந்து சென்றுகொண்டிருக்கிறார்கள்.

வழியில் ஒரு கடம்பமரம். அதனடியில் இரண்டு பேர் அமர்ந்திருக்கிறார்கள்: ஆணும் பெண்ணும். அவர்கள் நெல்லிக்காயைத் தின்றுகொண்டிருக்கிறார்கள்.

இதைப் பார்த்தவுடன் அந்த வழிப்போக்கர்கள் தங்களுக்குள் பேசிக்கொள்கிறார்கள், 'இந்தக் கடினமான பாலை நிலத்துல வந்திருக்காங்களே, இந்த ஆணும் பெண்ணும் யாரா இருக்கும்?'

'காதலர்களாதான் இருக்கும்' என்கிறார் அடுத்தவர். 'அவங்க முகத்தைப் பார்த்தா தெரியலையா? மகன்றில் பறவைமாதிரி ஒருத்தரை ஒருத்தர் பிரியாம நெருக்கமா இருக்காங்க, ரெண்டு

பேரும் ஊரை விட்டு வந்திருக்காங்க, இந்தப் பாலை நிலத்தைக் கடந்துபோய்த் திருமணம் செஞ்சுக்குவாங்க.'

இந்தக் காட்சி ஐங்குறுநூறில் வருகிறது. எழுதியவர் ஓதலாந்தையார்:

'பைங்காய் நெல்லி பலவுடன் மிசைந்து
செங்கான் மராஅத்த விரிநிழல்இருந்தோர்
யார்கொல், அளியர்தாமே, வார்சிறைக்
குறும்கால் மகன்றில்அன்ன
உடன்புணர் கொள்ளைக் காதலோரே!'

இப்படி இருவருமாகச் சென்றால் பிரச்னையில்லை. ஒருவர்மட்டும் சென்றால்?

ஒரு காதலன் தன் காதலியைப் பிரிந்து வெளியூர் செல்லவிருக்கிறான். அவன் காதலி அதை எண்ணி வருந்துகிறாள். இதை உணர்ந்த தோழி அவனிடம் பேசுகிறாள், 'சுவையான நெல்லிக்காய் விளையற பாலை நிலத்தைத் தாண்டி எங்கேயோ வெளியூருக்குப் போறீங்களாமே, அங்கே எல்லாம் கிடைக்குமா?'

'ஓ, கிடைக்குமே!'

'உன் காதலி உன்னைப் பிரிஞ்சு இங்கே தனியா வாடுவாளே, அதைச் சரிசெய்யற மருந்து அந்த ஊர்ல கிடைக்குமா?'

இந்தப் பாடல் அகநானூறில் வருகிறது. எழுதியவர் காவிரிப்பூம்பட்டினத்துச் செங்கண்ணனார்:

'பொறிவரிப் புறவின் செங்கால் சேவல்
சிறுபுன் பெடையொடு சேண்புலம் போகி
அரிமணல்இயவில் பரல்தேர்ந்து உண்டு
வரிமரல் வாடிய வான்நீங்கு நனந்தலைக்
குறும்பொறை மருங்கில் கோள்சுரம் நீந்தி
நெடும்சேண் வந்த நீர்நசை வம்பலர்
செல்உயிர் நிறுத்த சுவைக்காய் நெல்லிப்

பல்காய் அம்சினை அகவும் அத்தம்
சென்று நீர் அவணிர்ஆகி நின்றுதரும்
நிலை அரும் பொருள்பிணி நினைந்தனிர்எனினே
வல்வதாக நும்செய்வினை, இவட்கே
களிமலி கள்ளில் நல்தேர் அவியன்
ஆடுஇயல் இளமழை சூடித் தோன்றும்
பழம்தூங்கு விடர்அகத்து எழுந்த காம்பின்
கண்இடை புரையும் நெடுமென் பணைத்தோள்
திருந்துகோல் ஆய்தொடி ஞெகிழின்
மருந்தும்உண்டோ பிரிந்துஉறை நாட்டே?’

20

காதலன் வெளியூர் சென்றிருக்கிறான். அவன் திரும்பி வரும் நாளை எதிர்பார்த்துக்கொண்டு காதலி காத்திருக்கிறாள்.

ஒருநாள் இரவு, வழக்கம்போல் ஏக்கத்துடன் அவள் தூங்கச்செல்கிறாள். மறுநாள் காலை அவள் முகத்தில் எல்லையற்ற வருத்தம்.

இதைப் பார்த்த தோழிக்குக் குழப்பம், 'நீ அவனைப்பிரிஞ்சு வருத்தப்படறது எனக்குத் தெரியும். ஆனா, நேத்து ராத்திரி ஓரளவு இயல்பா இருந்தியே, அவன் திரும்ப வந்துடுவான்னு ஒரு நம்பிக்கை தெரிஞ்சதே, இப்ப திடீர்னு ரொம்ப வாட்டத்துல இருக்கியே, என்ன விஷயம்?' என்று விசாரிக்கிறாள்.

தலைவி பெருமூச்சுடன் சொல்கிறாள், 'அவன் வருவான்னு எதிர்பார்த்துக் காத்திருந்தவரைக்கும் ஓரளவு மனசைத் தேத்திக்கிட்டிருந்தேன். நேத்து ராத்திரி, அவன் வந்துட்டான்னு ஒரு கனவு' என்கிறாள், 'அவன் வந்து என்னைத் தழுவறமாதிரி கனவு கண்டு எழுந்தேன், படுக்கையைத் தடவிப்பார்த்தேன், அவன் இல்லை, வெறும் கனவுதான்னு தெரிஞ்சுகிட்டேன்.'

'அதனால, ஓரளவு சமாதானமாகியிருந்த என் நெஞ்சு, இப்ப மறுபடி துடிக்க ஆரம்பிச்சுடுச்சு. குவளை மலர்மேல வண்டு

உட்கார்ந்து அதைத் துன்பப்படுத்தினமாதிரி, இந்தக் கனவு என்னைத் துன்பப்படுத்திடுச்சு' என்கிறாள் அவள்.

மனத்தைக் குழப்பும் கனவுக்கு மலரைக் குழப்பும் வண்டை உவமையாகச் சொல்லும் இந்தப்பாடல் குறுந்தொகையில் வருகிறது. எழுதியவர் கச்சிப்பேடு நன்னாகையார்:

'கேட்டிசின், வாழி, தோழி, அல்கல்
பொய்வலாளன் மெய்உறல் மரீஇய
வாய்த்தகைப் பொய்க்கனா மருட்ட, வேற்றுஎழுந்து
அமளி தைவந்தனனே, குவளை
வண்டுபடு மலரில் சாஅய்த்
தமியேன், மன்ற அளியேன் யானே.'

கிட்டத்தட்ட இதே நிலைமையில் ஒரு காதலி. தன்னுடைய காதலனைக் காணாமல் அழுதுகொண்டிருக்கிறாள். அவனுடைய மலையை எண்ணி ஏங்குகிறாள்.

அப்போது, அங்கே அவளுடைய தாய் வருகிறார். மகள் அழுவதைப்பார்த்து விசாரிக்கிறார், 'என்னாச்சு? இங்கே வா, நான் உனக்கு முத்தம் கொடுக்கறேன்' என்கிறார், 'ஏன் அழறே? என்ன பிரச்னை?'

காதலி அப்போது தன்னை மறந்து அழுதுகொண்டிருந்ததால், தான் பேசுவது தாயிடம் என்பதுகூட அவளுக்கு நினைவிலில்லை. அவரிடமே தன்னுடைய காதலைப்பற்றிச் சொல்லத் தொடங்கிவிடுகிறாள், 'மலைச்சாரல்ல, காந்தள் மலரோட தேனைக் குடிச்ச வண்டு நீலமணிபோலச் சுத்தி ரீங்காரம் எழுப்புது, அந்த ஓசை, யாழிசைமாதிரி இனிமையா இருக்கு. அப்படிப்பட்ட உயர்ந்த மலைநாட்டோட தலைவன்தான் என் காதலன், அவனைப் பார்க்காம நான் துடிக்கறேன்.'

இப்படிச் சொல்லவந்தவள், சுதாரித்துக்கொண்டு பேச்சை நிறுத்திவிடுகிறாள். ஏதோ சொல்லித் தாயைச் சமாளித்துவிட்டுத் தோழியிடம் வருகிறாள், 'அடியே, இன்னிக்கு நானே என்னோட காதலை வெட்டவெளிச்சமாக்கியிருப்பேன்' என்று நடந்ததைச்

சொல்கிறாள், 'நல்லவேளை, நான் அதைத் தாய்கிட்ட சொல்லலை' என்று மகிழ்ந்தவள், மறுநிமிடம் வருந்துகிறாள், 'ஆனா, இப்படி மறைச்சு மறைச்சுக் காதலிக்கிறது எத்தனை நாள்? அவன் எப்போ என்னைத் திருமணம் செஞ்சுக்க வருவான்?' என்று ஏங்குகிறாள்.

நற்றிணைப் பாடல் இது. நொச்சி நியமங்கிழார் எழுதியது.

'நாள்மழை தலைஇய நல்நெடும் குன்றத்து
மால்கடல் திரையின்இழிதரும் அருவி
அகல்இரும் கானத்து அல்குஅணி நோக்கித்
தாங்கவும் தகைவரை நில்லா நீர்சுழல்
ஏந்துஎழில் மழைக்கண் கலுழ்தலின் அன்னை
'எவன்செய்தனையோ, நின் இலங்குஎயிறு உண்கு'என
மெல்லிய இனிய கூறலின் வல்விரைந்து
உயிரினும் சிறந்த நாணும் நனிமறந்து
உரைக்கல் உய்ந்தனனே தோழி, 'சாரல்
காந்தள்ஊதிய மணிநிறத் தும்பி
தீம்தொடை நரம்பின் முரலும்
வான்தோய் வெற்பன் மார்பு அணங்கு'எனவே.'

இன்னொரு காதலி, இவளுடைய காதலனும் வெளியூர் சென்றுள்ளான். அவனுக்காகக் காத்திருக்கிறாள்.

குறிப்பாக, மாலை நேரங்களை அவளால் தாங்க இயலுவதில்லை. அப்போதுதான் பிரிவுத்துயரம் மிகுதியாகிறது.

ஒருநாள், அவளுடைய தோழியிடம் அவள் சொல்கிறாள், 'எப்பவோ பெஞ்ச மழையில வரகு நல்லா வளர்ந்திருக்கு, அதை மான்கள் மேய்ஞ்சுட்டுப்போகுது, பக்கத்துல முல்லைப்பூ, அதை மொய்க்கற வண்டு... இதையெல்லாம் பார்க்கும்போது, எனக்கு அவன் ஞாபகம் வருது, அவன் வர்றதாச்சொன்ன பருவம் வந்துடுச்சு, ஆனா அவன் வரலை, நான் என்ன செய்யறது?'

இது ஒக்கூர் மாசாத்தியின் குறுந்தொகைப் பாடல்:

'பழமழை கலித்த புதுப்புன வரகின்
இரலை மேய்ந்த குறைத்தலைப் பாவை
இருவிசேர் மருங்கில் பூத்த முல்லை
வெருகுசிரித்தன்ன பசுவீ மென்பிணிக்
குறுமுகை அவிழ்ந்த நறுமலர்ப் புறவின்
வண்டுசூழ் மாலையும் வாரார்,
கண்டிசின் தோழி, பொருட்பிரிந்தோரே.'

இந்தக் காதலிக்குப் பூவில் மொய்க்கும் வண்டு சோகத்தைத் தருகிறது, வைரமுத்துவின் திரைப்பாடலொன்றில் அதே வண்டு காதலுணர்வைத் தூண்டுகிறது. காரணம், அது ஒற்றை வண்டு அல்ல, ஜோடி வண்டுகள். அவை நடத்தும் காதல் நாடகத்தைக் கண்டு, பூகூட வெட்கப்படுகிறதாம்!

'பூவில் வண்டு கூடும், கண்டு
பூவும் கண்கள் மூடும்!'

வைரமுத்துவுக்கு வண்டுகள் மிகவும் பிடித்த உவமை, பல பாடல்களில் பலவிதமாகப் பயன்படுத்தியிருக்கிறார்.

ஒரு வண்டு, பூவில் தேன் குடிக்க வருகிறது. மகிழ்ச்சியாகக் குடிக்கிறது, குடித்துக்கொண்டேயிருக்கிறது, ஒருகட்டத்தில் அந்த வண்டு மூழ்கும் நிலை ஏற்பட்டுவிடுகிறது. அப்போதும் அது நிறுத்தாமல் குடிக்கிறது.

நிஜப்பூவில் கொஞ்சம்தான் தேனிருக்கும், காதல் பூவில் தேனுக்கு எல்லையே கிடையாதே, மூழ்கும் நிலையில், அந்தக் காதலி வந்து அவனை மீட்கிறாள்.

'தேனில் வண்டு மூழ்கும்போது,
பாவம்என்று வந்தாள் மாது!'

இன்னொரு காதலன் காதலியைப் 'பூஞ்சோலை' என்று வர்ணிக்கிறான். எப்படிப்பட்ட பூஞ்சோலை என்றால், வண்டுகள் பூக்களுக்குக் காதல் கடிதம் எழுதுகிற பூஞ்சோலை.

கடிதம் எழுத வண்டிடம் ஏது காகிதம்? இலைகளில் எழுதித் தருகிறது!

'இலைகளில் காதல் கடிதம்
வண்டு எழுதும் பூஞ்சோலை!'

இன்னொரு சோலையில், பூ இருக்கிறது, ஆனால், இலை அதை மூடியிருக்கிறது. ஆகவே, வண்டால் பூவை நெருங்க இயலவில்லை.

வண்டு பக்கத்திலேயே காத்திருக்கிறது. எப்போதாவது அந்த இலை நகராதா, தான் பூவைத் தழுவிவிட இயலாதா என்று ஏங்குகிறது. இந்தக் காட்சியைக் குறும்பாக வர்ணித்துக் காதலியைப் பார்க்கிறான். 'நானும் அப்படிதான் உன்னருகே தவம்செய்கிறேன்' என்கிறான்.

'மலர்மூடும் இலைகொஞ்சம் விலகாதோ,
அடி, நாளெல்லாம் தவம்செய்தேன்,
நழுவாதோ,
வண்டு தழுவாதோ!'

மற்ற திரைக்கவிஞர்களும் வண்டைத் தாராளமாக வர்ணித்தவர்கள்தான். வாலி 'ஊதா' என்ற சொல்லை வைத்துக்கொண்டு வார்த்தை விளையாட்டு நடத்திய ஒரு பாடல்:

'ஊதா, ஊதா, ஊதாப்பூ,
ஊதும் வண்டு மோதாப்பூ!'

அதாவது, ஊதுகிற வண்டு ஊதாத பூ, இந்த ஊதாப்பூ, அவன் காதலி.

'நான் பார்த்த ஊதாப்பூவே,
நலம்தானா ஊதாப்பூவே?
தேன்வார்த்த ஊதாப்பூவே,
சுகம்தானா ஊதாப்பூவே?

ஊதாப்பூ,
இன்றும் என்றும் உதிராப்பூ!'

அதற்கு அவள் சொல்லும் பதில், 'இதென்ன கேள்வி? நீ பார்த்தால் நான் நலம், தோள் சேர்ந்தால் அதுவே எனக்குச் சுகம், உன்னை நீங்கி இந்தப் பூ வாழுமா?'

'நீ பார்த்தால் ஊதாப்பூவே,
நலமாகும் ஊதாப்பூவே!
தோள்சேர்ந்தால் ஊதாப்பூவே,
சுகம்காணும் ஊதாப்பூவே!
ஊதாப்பூ,
உன்னை நீங்கி வாழாப்பூ!'

அவன் நெகிழ்ந்துபோகிறான், 'உன்னுடைய கூந்தலில் என் மனப்பூவைச் சூடிவிடட்டுமா? என் உயிரை நூலாக்கி நம் இரு உடல்களையும் தைத்துவிடட்டுமா?' என்கிறான்.

'இந்தப் புன்னகை என்ன விலை' என்று எழுதிய வாலி, அதையே கொஞ்சம் மாற்றி அடுத்த வரிகளை அமைக்கிறார், காதலி காதலனைப்பார்த்து, 'அன்றைக்கு ஓரக்கண்ணால் என்னைப் பார்த்துப் புன்னகையை விலை கேட்டாயல்லவா?' என்கிறாள், 'நீ என்ன என்னை வாங்குவது? அதற்குமுன்னால் நான் உன்னை வாங்கிவிட்டேன்! உன் பெயரைத்தவிர வேறெதையும் ஓதாத ஊதாப்பூ நான், அதனால்தான் வண்டுகளும் என்னை நெருங்கவில்லை!'

'உன் மழைக்கூந்தல்மீது
என் மனப்பூவை வைத்தேன்,
ஓர் உயிர் நூலைக்கொண்டு
இரு உடல்சேரத் தைத்தேன்!
உன் விழிப்பார்வை அன்று
எனை விலைபேசக் கண்டேன்,
நீ எனை வாங்குமுன்பு,
நான் உனை வாங்கிக்கொண்டேன்!

ஊதாப்பூ,
உன்பேர் தவிர ஓதாப்பூ!'

வண்டு ஊதாத பூ என்ற அதே வர்ணனையைக் கண்ணதாசனும் பயன்படுத்தியிருக்கிறார். தோகை விரிக்காத மயில், வண்டு தொடாத மலர், நிலவு காணாத அல்லி, யாரும் ரசிக்காத பருவம் என்று கன்னிப்பெண்ணை வர்ணிக்கிறார்:

'விரிக்காத தோகை மயில், வண்டு வந்து
மடக்காத வெள்ளைமலர், நிலவு கண்டு
சிரிக்காத அல்லிமுகம், பாரில் யாரும்
ரசிக்காத இளமைநயம், பருவஞானம்!'

இன்னொரு பாடலில் வண்டை வைத்துக் கண்ணதாசன் ஒரு சிறு நாடகமே நடத்துவார். ஒரு காதலன் தன் காதலிக்காகக் காத்திருக்கிறான். ஆனால் அவள் உடனே வரவில்லை.

ஆகவே, அவள் வந்தவுடன் அவன் கேட்கிறான், 'சீக்கிரம் வர்றதுக்கு என்னவாம்?'

அவள் சொல்கிறாள், 'வர்ற வழியில ஒரு வண்டு என்மேல மோதிடுச்சு!'

'அப்படியா? வண்டு ஏன் உன்மேல மோதணும்?'

'என் முகத்தைப்பார்த்துப் பூவோன்னு மயங்கிடுச்சுபோல' என்கிறாள் அவள்!

'பொன்வண்டொன்று மலரென்று

முகத்தோடு மோத...'

பூ, வண்டு இரண்டையும் பெண், ஆணுக்கு ஒப்பிட்டுப் பல பாடல்கள் எழுதப்பட்டிருக்கின்றன. உதாரணமாக, வாலியின் ரசமான நாடகமொன்று.

காதலன் காதலியை நெருங்குகிறான். அவள் தயங்கி விலகி, 'அதெல்லாம் கல்யாணத்துக்கப்புறம்தான்!' என்கிறாள்.

'இருக்கட்டும், ஒரு சின்ன ரிஹர்சல் பார்க்கலாமே!'

அவளுக்கும் ஆசைதான். ஆனால் வெட்கம் காதருகே வந்து மறுக்கிறது.

'எல்லாத்துக்கும் நீதான் காரணம்' என்று கோபிக்கிறான் அவன்.

'நானா? எப்படி?'

'உன் அழகைவெச்சு என்னை உன்கிட்ட இழுக்கறியே, அதுக்கப்புறம் என்ன நடந்தாலும் நான் அதுக்குப் பொறுப்பில்லை' என்று விளக்குகிறான் அவன், 'பூ அழகா இருந்தா வண்டுக்குத் தாகம் வரும், அதானே இயற்கை?'

'கல்யாணம் ஆகாமலே,
ஆசை வெள்ளோட்டம் பார்க்கின்றது,
கூடாது, கூடாதென,
நாணம் காதோடு சொல்கின்றது,
என்னை உன்னிடம் இழுப்பதென்னவோ,
தண்டோடு பூஆடுது,
வண்டு தாகங்கள் கொண்டாடுது!'

இதையே மருதகாசியும் எழுதியிருக்கிறார், ஆனால் அவர் இதனை அன்புப்பரிமாற்றத்துக்கு உவமையாக்குகிறார்:

'முல்லைமலர்மேலே,
மொய்க்கும் வண்டுபோலே,
உள்ளம் உறவாடுது உந்தன் அன்பாலே!'

காதல் என்பது இயல்பாக நிகழவேண்டியது என்ற கருத்தைச் சொல்லும் பாடலொன்றிலும் வாலி வண்டை உவமையாகப் பயன்படுத்தியிருப்பார். மலரில் வண்டு மொய்ப்பதும், கனியைக் கிளி கொத்துவதும்போல, காதலும் இயற்கை என்பார்.

'கூப்பிட்டா மலர் தேடி வண்டு வரும்? தேதி
குறிப்பிட்டா கொய்யாவைக் கிளிகள் கொத்தும்?
சிந்தித்தால் வருகின்ற கவிதைபோலே, கண்கள்
சந்தித்தால் வரவேண்டும் உண்மைக்காதல்!'

மலரை வண்டு மொய்க்கிற காட்சியைப் பார்ப்பது காதலர்களுக்கு மகிழ்ச்சிதான். ஆனால், ஒருவேளை அவன் அருகே இல்லாவிட்டால், அவள் அந்தச் சோலையை ரசிப்பாளா, மலரை, வண்டை ரசிப்பாளா?

நற்றிணையில் ஔவையார் எழுதிய ஒரு பாடல். காதலனும் காதலியும் சந்திக்கிறார்கள், மாலை நேரமானதால் அவன் பிரிந்து செல்கிறான். அதுவரை அவளுக்கு மகிழ்ச்சி தந்த அதே சோலை, இப்போது வருத்தத்தைத் தருகிறது.

'இரவு வரப்போகிறது, நெய்தல் மலர்களெல்லாம் குவிந்துவிட்டன. பல மலர்களைக்கொண்ட இந்தச் சோலையும் அழகு குறைந்துவிட்டது' என்கிறாள் அவள்.

இவ்வளவு நேரம் அழகாக இருந்த சோலை திடீரென அழகு குறைந்துவிடுமா? என்ன காரணம்? அதையும் அவளே சொல்கிறாள், 'மணி ஒலிக்க அவனுடைய தேர் கிளம்பிவிட்டது. இதுவரை வண்டுகள் மொய்க்கிற பூமாலை அணிந்த அவனுடைய மார்பில் நான் விளையாடிய இந்தச் சோலை, இனிமேல் எப்படி இருக்குமோ, எனக்குத் தெரியவில்லை!'

> 'நெய்தல் கூம்ப, நிழல்குணக்கு ஒழுகக்
> கல்சேர் மண்டிலம் சிவந்து நிலம்தணியப்
> பல் பூங்கானலும் அல்கின்றுஅன்றே,
> இனமணி ஒலிப்ப, பொழுதுபட பூட்டி
> மெய்ம்மலி காமத்து யாம்தொழுது ஒழியத்
> தேரும் செல்புறம் மறையும் ஊரொடு
> யாங்குஆவதுகொல் தானே, தேம்பட
> ஊதுவண்டு இமிரும் கோதை மார்பின்
> மின்இவர் கொடும்பூண் கொண்கனொடு
> இன்நகை மேவ நாம் ஆடியபொழிலே!'

இந்தப் பாடலில் தேர் கிளம்புகிறது. இன்னொரு பாடலில், தேர் திரும்பி வருகிறது, அதில் தலைவன் இருக்கிறான். அவன் என்ன செய்கிறான் தெரியுமா?

அந்தத் தேரில் உள்ள மணிகள் ஒலிக்காதபடி அவற்றின் நாக்குகளைக் கட்டுகிறான். அதாவது, தேர் ஓடும்போது மணிச்சத்தம் கேட்காதபடி செய்கிறான். ஏன்?

அவன் வரும் வழியில் பல சோலைகள் உள்ளன. அங்கெல்லாம் வண்டுகள் தங்கள் துணையோடு காதல் மயக்கத்தில் இருக்கும்.

அந்த வண்டுகள் இந்தத் தேரின் மணியோசையைக் கேட்டால், பயந்துவிடும். ஆகவே, அவை தங்கள் காதல் இன்பத்தை அனுபவிப்பதற்காக, இவன் தன்னுடைய தேரைச் சத்தமில்லாமல் ஓட்டுகிறான்.

இதைத் தோழி காதலிக்குச் சொல்கிறாள், 'ஒரு வண்டுக்குக்கூட இரக்கம் காட்டுகிற காதலன், உன்னை மறந்துவிடுவானா?' என்கிறாள், 'விரைவில் வருவான், உன் நோயைத் தீர்ப்பான். கவலைப்படாதே!'

அகநானூறில் குறுங்குடி மருதனார் எழுதிய பாடல் இது:

'முல்லை வைந்நுனை தோன்ற, இல்லமொடு
பைங்கால் கொன்றை மென்பிணி அவிழ,
இரும்பு திரித்தன்ன மாஇரு மருப்பில்
பரல்அவல் அடைய இரலை தெறிப்ப,
மலர்ந்த ஞாலம் புலம்பு புறக்கொடுப்ப,
கருவி வானம் கதழ்உறை சிதறிக்
கார்செய்துஅன்றே கவின்பெறு கானம்,
குரங்கு உளைப்பொலிந்த கொய்சுவல் புரவி
நரம்புஆர்த்தன்ன வாங்கு வள்பரியப்
பூத்த பொங்கர்த் துணையொடு வதிந்த
தாதுஉண் பறவை பேதுறல் அஞ்சி
மணிநா ஆர்த்த மாண்வினைத் தேரன்
உவக்காண் தோன்றும் குறும்பொறை நாடன்
கறங்குஇசை விழவின் உறந்தைக் குணாது
நெடும்பெரும்குன்றத்து அமன்ற காந்தள்
போதுஅவிழ் அலரின் நாறும்
ஆய்தொடி அரிவைநின் மாண்நலம் படர்ந்தே.'

இந்தப் பாடலில் எதை வியப்பீர்கள்? அவள்மீது அவன் வைத்துள்ள அன்பையா, அவன்மீது அவள் வைத்துள்ள அன்பையா, வண்டுகள்மீது நேசம் வைக்கும் அவனுடைய குணத்தையா, இதையெல்லாம் உணர்ந்து, சுட்டிக்காட்டிக் காதலியைத் தேற்றும் தோழியின் அன்பையா?

அன்புடை நெஞ்சங்களைக் காண்பது பேரின்பம், அவையே இவ்வுலகை இயக்கும் நற்சக்கரங்கள்!

(நிறைவடைந்தது)

தெளிவான எழுத்தும் ஆழமான ஆய்வும் நிறைந்த நூல்களுக்காகத் தமிழ் வாசகர்களிடையில் நன்கு அறியப்பட்டுள்ள என். சொக்கன் புனைவு, வாழ்க்கை வரலாறு, நிறுவன வரலாறு, தன்னம்பிக்கை, சிறுவர் இலக்கியம் உள்ளிட்ட துறைகளில் இதுவரை எழுபதுக்கும் மேற்பட்ட நூல்கள், நூற்றுக்கணக்கான கதைகள், கட்டுரைகளை எழுதியுள்ளார். விரிவான ஆய்வுகள், சான்றுகளின் அடிப்படையிலான ஆழமான வரலாற்று நூல்களைத் தமிழில் எழுத இயலும், அவற்றைப் பெரும்பான்மை வாசகர்களுக்குக் கொண்டுசேர்க்கவும் இயலும் என்பதைப் பலமுறை நிரூபித்த எழுத்து வகை இவருடையது.

தமிழ், ஆங்கிலம் ஆகிய இரு மொழிகளிலும் எழுதும் சொக்கனுடைய நூல்கள் ஹிந்தி, கன்னடம், மலையாளம் உள்ளிட்ட பல மொழிகளில் மொழிபெயர்ப்பாகியுள்ளன.

www.ingramcontent.com/pod-product-compliance
Ingram Content Group UK Ltd.
Pitfield, Milton Keynes, MK11 3LW, UK
UKHW042132021026
15589UKWH00003B/784